நேசிக்கும் நேரம்

மார்கழி

aelay
publish

நேசிக்கும் நேரம்
கதை
ஆசிரியர் : மார்கழி ©
முதல் பதிப்பு : ஆகஸ்ட் 2022
வெளியீடு : ஏலே பதிப்பகம்
5/175, பாத்திமா நகர், கூத்தென்குழி,
திருநெல்வேலி - 627104
தொடர்புக்கு : +91 9944992571

Naesikum Naeram
Story
by Markazhi ©
First Edition : August 2022
Pages: 84
ISBN : 978-93-5533-506-7
Aelay Publish
Contact : +91 9944992571
Designed by : Aelay publish team

முன்னுரை

காதல் எல்லா காலத்திலும் எல்லா நேரத்திலும் எல்லோரிலும் மீள முடியாத தாக்கத்தை ஏற்படுத்தும். காதல் ஒரு அனுபவம் மட்டும் அல்ல அது ஒரு ஆசை... அசாதாரனமான நிலைக்கு ஒருவனை / ஒருத்தியை இழுத்துக்கொண்டே செல்லும். அழிக்க முடியாத நினைவுகளை தாங்கி செல்லும் இந்த உலகம் இயங்கும் வரை. நீண்ட சாலைகளும், மாடி படிகளும், பூங்காக்களும், கடற்கரைகளும், இரவுகளும், மழையும், மேகமும், தேதிகளும், கல்லறைகளும், பாடல்களும், மரங்களும், வாசனையும், வானமும், ரயில்களும், காடுகளும் இன்னும் எத்தனையோ இடங்களும், பொருட்களும் காதலை சுமந்துக் கொண்டே நிற்கும். அந்த இடங்களை நெருங்கும் பொழுதுகள் எல்லாம் நெஞ்சினில் எழ முடியாத வலியையும்... தாங்க முடியாத கணத்தையும் கொடுத்து பின்னோக்கி இழுத்து சென்று, விட்ட இடத்தில் நிறுத்திவிடும். விழி மோதியதும் நெஞ்சு படபடத்ததும் மீண்டும் மீண்டும் வதைக்கும் . திரும்ப திரும்ப அதே உணர்வு ஆட்டி படைக்கும், எத்தனை வருடங்கள் கழிந்தாலும். காதலை இந்த இடங்கள் கட்டி பிடித்து கொண்டேயிருக்கும்.

இந்த உலகம் காதலை எதிர்ப்பது போல் தோன்றினாலும் அது உண்மை அல்ல. சமூகம் என்ற வலை பின்னலில் காதல் சிக்கி கொண்டு ஒவ்வொரு இதயத்திலும், இதயம் கிழியும் வலியை தைத்து கொண்டே இருக்கிறது. நாட்கள் நகர நகர வலி மறையும் என்று நீங்கள் நம்புவீர்கள், மறைகிறீர்கள், மறக்க முயல்கிறீர்கள் என்று சொல்லுவேன். ஆனால் மறப்பதே சரி.

காதல் கொண்ட பொழுது உண்டான ஏக்கம், பரிதவிப்பு, பயம், ஆசை இவைகளை முடி நரைக்கும் வரை சுமந்து செல்பவர்கள் காதலை சுவாசிக்கிறார்கள். இவர்களால் தான் இன்னமும் காதலை வாங்கி வாங்கி உலகம் சேமித்து கொண்டே இருக்கிறது!

காதலை ஆணின் பார்வையிலே உலகம் ரசித்திருக்கிறது. அவனின் கண்ணோட்டம் அதிகமாக சொல்லியது என்றும்,கூறலாம். ஆணின் வலியை பிரதிபலிக்கும் கதைகள் ஏராளம். அப்படியாகவே காதலை ரசிக்கும் வாய்ப்பு நமக்கு கிடைத்தது.

காதலில் வேறுபாடு இல்லை அதன் உணர்வுகளிலும் மாற்றம் இல்லை ஆனால் அதை வெளிக்காட்டும் விதம் வித்தியாசப்படும்.

இந்த தொகுப்பு காதலின் பல பரிணாமங்களை சொல்லும், தென்றலிலும் தவழும் காற்றாய் நினைவுகளில் தவழும் காதல்கள் எழுத்து பூர்வமாக ...

உங்களின் காதல் உணர்வுகளை திரட்டி, நீங்கள் காதலின் வசமான நாட்களை மீட்கும்!!

தொடர்ந்து படித்து உங்களது அனுபவங்களையும், கருத்துக்களையும் பகிர்ந்து கொள்ளுங்கள்.

காதலை அனைப்பது பேனாக்களுக்கு கிடைத்த பரிசு!!

அத்தியாயம்

1

"கவிதா.. கவிதா", என்று தனது மகளை அழைத்தவாறே மல்லிகா வீட்டு கதவை தட்டினால்...

"இதோ வந்துட்டேன் அம்மா... கால்லிங் பெல் இருக்குல அத அமுக்க வேண்டியது தான ஏன் இப்படி கத்துறமா ",என்று மல்லிகா கையில் இருந்த காய்கறி கூடையை வாங்கி, உள்ளே சென்றால் கவிதா.

ஒரு வாரத்திற்கு தேவையான காய்கறிகளை வாங்கி குளிர்சாதன பெட்டியில் திணித்துவிடுவார்கள்.

கூடையை வைத்துவிட்டு, தன் தாய்க்கு மண்பானையில் இருந்து தண்ணீரை மொண்டு வந்து கொடுத்தால்.

உதடுகள் படாதவாறு சோபாவில் அமர்ந்தபடி ஓர் மடக்கை பருகினால் மல்லிகா. காய்கறிகளை தனித்தனியாக பைகளில் போட்டு கட்டினாள் கவிதா. கத்தரிக்காய், முள்ளங்கி, காரட், பீன்ஸ், வெண்டைக்காய், முட்டைகோஸ், தக்காளி என அனைத்தையும் அதற்குரிய பைகளிலும், கொத்தமல்லியை தனி டப்பாவில் போட்டுவிட்டு; பச்சை மிளகாய் காம்புகளை கிள்ளி எடுத்துக்கொண்டு இருந்தாள். "கவிதா செத்த இந்த காத்தாடிய போடுடி" , என்றால் அவள் அம்மா.

"ஹால்ல தானமா... இருக்க நீயே போட்டுக்கமாட்டியா...", என்று அலற்றி கொண்டே தனது தாயின் அசதியை உணர்ந்தவளாய் காத்தாடியை போட்டால், சத்தம் கேட்கும் அளவுக்கு மடக்...மடக்... என ஒரு செம்பு நீரையும் பருகி செம்பின் சப்தம் கேட்கும் அளவுக்கு தரையில் வைத்துவிட்டு அப்பாடா என்று பெருமூச்சுவிட்டால்.

கவிதா பச்சை மிளகாய் காம்புகளை அரிந்துவிட்டு ஒரு நெகிழி பையில் போட்டு கட்டிவிட்டு; கருவபிள்ளையை உருவி கொண்டிருந்தால்...

கவிதா முதுநிலை ஆங்கிலம் பயிலும் இருபது வயது நிரம்பிய நங்கை.

"கவிதா நம்ம முன்ன இருந்த வீட்டுக்கு எதிர் வீட்டுல இருந்தாலே கோமதி அவ மகளுக்கு அடுத்த மாசம் கல்யாணமாம்!"

"என்னமா சொல்லுற அந்த பொண்ணு சாருவா.."

"ஆமா சாருமதிக்கு தான்!"

"அம்மா அவ அப்ப பத்தாவது தான படுச்சா; இப்ப பன்னிரெண்டாவது தானமா படிப்பா..."

"கோமதி தான் சொன்னா, குடும்ப சூழ்நிலை அவ இரண்டு அண்ணனையும் படிக்கவைக்கணும் அதுனால சீக்கரம் முடிக்குறோமுணு; எனக்கும் கவிதா மாதிரி படிக்க வைக்கணும்னு ஆசைதான்! என்னக்கா பண்றது குடும்ப சூழ்நிலைனு ஒன்னு இருக்கேனு பாவம் பொலம்பிட்டு போனா"என முடித்தாள் மல்லிகா.

"அவுங்கள நீ எங்கம்மா பாத்த" என்று யோசனையாக கேட்டாள்.

"சந்தையிலதாண்டி " என்று கூறினாள் அவள் தாய்.

சிறிது நேரம் இளைப்பாறிவிட்டு மதிய உணவுக்கு அரிசியை களைய தொடங்கினாள் மல்லிகா...

தன் அறைக்கு வந்தாள் கவிதா.

சாருமதிக்கு அதுக்குள்ள கல்யாணமா?! என தனக்குள் ஆச்சரியமும், சாருமதிக்காக கவலையும் கொண்டாள்.

சிந்தனையில் ஆழ்ந்தாள் கவிதா...

தன் தோழிகள் யாவரும்;

காதலில் விழுந்து திளைத்து வெறுப்பு உண்டாகி அல்லது வெறுக்கப்பட்டு, பெற்றோரின் கட்டாயத்திற்கு கட்டுப்பட்டு திருமணம் செய்திருந்தனர்.

அதை நினைக்கையில் இவ்வளவு சீக்கிரம் திருமணம் என்றாலும் மனதில் எந்தவித அலையும் இல்லாமல் நிம்மதியான வாழ்க்கை.

ஆனால் கல்வியின் ருசி அறியாமல் போய்விட்டாளே! என கவலை கொண்டாள் .

தனது இருபத்தி இரண்டு, இருபத்தி மூன்று வயது நிரம்பிய தோழிகளே குழந்தைகளை பார்க்க முடியாமலும், குடும்பத்தினர் பேச்சை ஏற்றுக்கொள்ள முடியாமலும் நொந்து போய் கவிதாவிடம் அவர்களது துயரத்தை ஆற்றுவதை நினைக்கையில் சாருவின் நிலைமை பரிதாபமாக இருந்தது கவிதாவிற்கு...

"கவிதா... செத்த இந்த வெங்காயத்த நறுக்குடி", என்று ஒரு தட்டு வெங்காயத்தையும் கத்தியையும் கொடுத்து சென்றாள் அவளது தாய்.

தனது சிந்தனை கதவை சற்றே சாத்தி வைத்த; கவிதா நிதர்சன உலகில் கால் பதித்தாள் !

♥♥♥♥♥♥

அத்தியாயம் 2

என் காதல் புத்தகத்தின் கடைசி பக்கத்தில் நிற்கிறேன். கதை முதல் பக்கத்தில் இப்படி தொடங்குகிறது...

அன்னைக்கே ஜெய்ட்ட பேசிர்க்கலாம் ஒரு நல்ல பிரண்ட் அதுவும் பையனா இருந்தா ஜாலியா இருக்கும்... ஜெய் நல்லா காமெடி பண்ணுவான் என்ன சிரிக்க வைப்பான், ஸ்னாக்ஸ்ல தருவான் ச்ச...! ஏன் ஜெய் நா யோசிக்கற மாதிரி நீ நினைப்பியா, இல்ல... இல்ல... நீ அப்படிலாம் நின்னக்க வாய்பில்ல... நம்மல்லாம் ஓன்னா ஸ்கூல்க்கு பஸ்ல போவோம்... நீ கதையா சொல்லிட்டே வருவ... நா சிரிச்சுட்டே வருவேன், பஸ்ஸ்டாப் வர நடந்து போவோம், நீ, நான், பிரவீன் செமயா இருக்கும்... உனக்கு அதுலாம் ஹாப்பியாவே இல்ல போல... புது சைக்கிள் வாங்கிட்டு நீ ரொம்ப சந்தோசமா ஸ்கூலுக்கு சைக்கில்ல போறேன்னு பெருமை பீத்துனப்ப எருமைக்கு நாமலாம் ஓன்னா போக முடியாதுங்கிற கவலையே இல்லனு தோணுச்சு...

*First*லாம் உன்ன பிடிக்கவே பிடிக்காது. நாங்கலாம் சிட்டி ஜாமாவச்சு விளையாடறப்ப... என் அண்ணனோட சேந்து எங்க ஆட்டைய கழச்சு விற்றுவ கடுப்பாயிருக்கும். உன்னைய பாத்தாலே பிடிக்காது கதவ சாத்திட்டு கார்த்திகா,

தர்ஷினி, சோபியா, யாழினி, இனியாலாம் டிவி பாப்போம், விளையாடுவோம் உங்கள விளையாட்டுக்கு சேத்துக்க மாற்றொம்னு எங்க வீட்டு கதவ போட்டு தட்டி தட்டி தொல்லை பண்ணுவீங்க. கோபம் கோபமா... வரும்...

இப்படி இருந்துட்டு உன்ன எப்போ பிடிக்க ஆரமிச்சதனு ஒரு இன்சிடென்ட் சொல்ல முடியல. நீயும் ஜெனி அக்காவும் *secret* பேசுவீங்க... என்ன சின்ன பிள்ளைனு சொல்லி என்ட சொல்லதான்னு சொல்லுவாங்க நீயும் சொல்லவே மாட்ட. அப்பலாம் நான் பெரிய பிள்ளனு நெனச்சுட்டு அங்க இருந்து வந்துருவேன்... நீயும் என்ன இருனு கூட சொல்லமாட்ட....வீட்டுக்கு கசின்லாம் வரப்ப ஊங்கிட்ட பீத்தணும்னு முயற்சி பண்ணி பில்டப் பண்ணுவேன் ஒன்ட ரியாக்க்ஷனே இருக்காது. எல்லாரும் ஒன்னு, சேந்துட்டு என்ன கலாய்ப்பிங்க.

இதுல எது முதல நடந்துச்சுனு தெரியல, நான் அன்னைக்கு டிவில விஜய் படம் பாத்துட்டு வெளிய வந்தேன்... நீ உங்க வீட்டு மாடிலயிருந்து இறங்கி வந்த உன்னோட ஹேர்ஸ்டைல் அப்படி இருந்துச்சு. விஜய் மாதிரியே இறங்கி வந்த கொஞ்சம்... அசந்து போய்ட்டேன் தெரியுமா??..

அப்பறம் ஒருநாள் நாமெல்லாம் ஷட்டில் விளையான்டப்பா நான் ஜெயிக்குற வர சீட்டிங் அம்பயர் வேல பாத்த, ஒரு நாள் கடைக்கு போயிட்டு வந்துட்டு இருந்தேன் உன்னோட சைக்கிள்ல என்ன வச்சு கூட்டிட்டு வந்த.

ஓஹோ!! இத சொல்லாம விட்டுட்டேனே கிச்சன்ல சமையல் பண்ணி கருக்கனப்ப அம்மா வரதுக்குள்ள சுத்தம் பண்ணி, உங்க வீட்ல இருந்து ரூம் ஸ்பிரேலாம் கொண்டு வந்து ஹெல்ப் பண்ண... அம்மாட்ட இருந்து செம எஸ்கேப். உங்க வீட்டு வாசல்ல ஒக்காந்து நிலா சோறு, ஹ்ம்ம்... சூப்பரா இருக்கும்.

இவளோ நல்லா பழகிட்டு நாங்க வீடு காலி பண்றப்ப வந்து பேச கூடயில்ல அட்லீஸ்ட் ஒரு *bye* சொன்னியா. இவனுக்கு

என்ன பிடிக்கல போல. வீடு காலி பண்ணி போறேன் கொஞ்சமாது கவலை இருக்கா... நா பேச மாட்டேன்பா என்ன பிடிக்காதவங்கள எனக்கு ஏன் பிடிக்கணும். புது வீட்ல எனக்கு ப்ரண்ட்ஸ் இருக்காங்க நா ஜாலியா இருப்பேன். இப்படி நினைக்கும் போதே கொஞ்சமாது என்ன மிஸ் பண்ணலாமேனு ஒரு ஏக்கம்... புது வீட்டுக்கு வந்து ஆறு மாசம் ஆச்சு நானே கூட உன்ட பேசிறகலாம்னு தோணுது...

காதோரம் நீ பேசும்!

நினைவுகள் நினைவாகின!!

வீடு மாறுனதோட ஸ்கூலும் மாறியாச்சு உன்ன பாக்க வாய்ப்பேயில்ல. ஒரு *function*-ல பாத்தோம் என்னோட டென்த் எக்ஸாம்ஸ்க்கு நீ "ஆல் தி பெஸ்ட் " சொன்ன. அதுக்குமேல எனக்கும் என்ன பேசுறதுனு தெரியல கூச்சமாவும் பயமாவும் இருந்துச்சு. நிறையா பேர் இருந்தாங்க.

ஒரு வருடம் கழித்து உங்க ஸ்கூல்க்கு காம்படிஷன்க்காக வந்தேன். காம்படிஷன் முடிஞ்சது கப்பறம் ஒரு மரத்தடில சாப்பிட்டு இருந்தோம்... அப்போ உன்ன பாத்தேன் செம ஷாக். ஒரு செகண்ட் நம்பவே முடியல. மூச்சே நின்னு போச்சு... மனசுக்குள்ள என்ன என்னமோ பண்ணுச்சு... உங்களுக்கு எதோ எக்ஸாம் பேப்பர் கொடுத்துட்டு இருந்தாங்க நீ பதட்டமா இருந்த நல்லா ஞாபகம் இருக்கு.

அதுக்கப்பறம் நீ காலேஜ் போய்ட்ட... நாங்களும் வேற ஏரியால இருந்தோம்... உங்க நம்பர்க்கு நிறைய டைம் போன் பண்ணிருக்கேன் உங்க அம்மா, அப்பா, தாத்தா, ஆச்சி எல்லாரும் எடுப்பாங்க நீ மட்டும் எடுக்கவே மாட்ட. நானும் காலேஜ் போய்டேன் எனக்குன்னு மொபைல் போன் வந்திருச்சு ஆனா உன்ட பேச மட்டும் தைரியமே வரல... உங்க வீட்டுக்கு போன் பண்றது வழக்கமா போச்சு மாசம் ஒரு

தடவையாச்சும் கால் பண்ணிருவேன். நல்ல வேளைக்கு உங்க வீட்ல லேண்ட்லைன் போன் இருந்தனால தப்புச்சேன்.

ஒரு நாள் வந்துச்சு நீ கால் அட்டென்ட் பண்ண... உன்னோட வாய்ஸ் கேக்குறப்ப வேர்த்து போச்சு... போன் வைக்கவும் மனசு வரல பேசவும் வாய் வரல...

நீ சரியா... பத்து தடவ ஹலோ சொன்ன... அந்த ஒவ்வொரு ஹலோவுக்கும் ஒரு கேள்வி கண்ணு முன்னாடி வந்துட்டு போச்சு....ஜாஸ்தியாவே வந்துச்சு

வீட்டுக்கு தெரிஞ்சுட்டா?

என்ன படிக்க விடாம பன்னிருவாங்களோ??

அசிங்கமா திட்டுவாங்களோ, கேவலமா நினைப்பாங்களோ???

அப்பா ஏதாவது பண்ணிகிட்டா???

இல்ல... என்னைய ஏதாவது பண்ணிட்டா???

ஜெய்க்கு என்ன பிடிக்கலைன்னா???

ஒருவேளை உன்னோட லைப்ல வேற யாராவது இருந்தாங்கன்னா??..

சரி, என்ன போலவே உனக்கும் ஆசை இருந்தா???

என்னோட வீட்டதாண்டி உனக்காக வர முடியுமா ???

உன்ன லவ் பன்றேன்னு சொல்லி கடைசில கல்யாணம் பண்ணிக்க முடியாம போயிருச்சுன்னா??? உன்ன கஷ்ட படுத்திருவேனே?????

உங்க வீட்ல ஒத்துக்காம போய்ட்டாங்கன்னா???

நீ போன்ன கட் பண்ணிட்ட...நானும் உன்ன தொல்லைபண்ணல... நீ ஹாப்பியா இருக்கனும்... உன்னோட

போட்டோஸ்லாம் இன்னமும் பாத்துட்டுதான் இருக்கேன்... *Fake id* -ல லைக் போட்டுட்டு இருக்கேன்...

இத கிரஷ்னு சொல்லலாம் ஆனா எனக்கு விருப்பம் இல்ல... என்னோட முதல் காதல் அனுபவம்னு சொல்லத்தான் எனக்கு பிடிச்சிருக்கு.

காதல்னா நிறையா பேசணும், ஆன்லைனே கதினு இருக்கனும், அவுட்டிங் போகணும், ரீல்ஸ் பண்ணனும். நீங்க நினைக்கிறது எல்லாம் சரிதான் எனக்கும் இதுலாம் பண்ணா நல்லா இருக்கும்னு தோணும்...

ஆனா, என்னைக்கோ ஒரு நாள் ஒரு கடைலயோ பாக்குறப்ப, ஒரு *function*-ல பாக்குறப்ப, வீட்ல என்னைக்காது அவன பத்தி பேசுறப்ப...

மனசுக்குள்ள ஒரு சந்தோசம் ஏதோ ஒரு புரியாத படபடப்பு அத அனுபவிக்கிற சுகம்... அதுவே எனக்கு காதலோட மொத்த அன்பையும் கொடுக்குது...

நீங்க நினைக்கிற மாதிரி தைரியம் இல்லாத கோழை தான்...

இந்த காதலுக்கு காதலை கூட பதிலாக கேட்க தெரியாது!

♥♥♥♥♥♥

அத்தியாயம் 3

ஸ்கூல் படிக்கிறப்ப எனக்கு ஒரு லவ் இருந்துச்சு... அட்டெண்டன்ஸ்ல அடுத்து அடுத்த பெயர். பிரண்ட்ஸ் கலாய்ச்சே உருவான ஸ்டோரீஸ்ல இதுவும் ஒன்னு.

ஆனா அது ரொம்ப நாள் நிலைக்கல. அவனுக்காக நிறையா அழுதேன், ஒழுங்கா படிக்கல எழுபது சதவீதம் மார்க் வாங்குன எனக்கு பாஸ் ஆகுறதே கஷ்டமா போச்சு.

வீட்ல எல்லாருக்கும் தெரிஞ்சு, பயத்துல கைய கட் பண்ணிக்கிட்டு, ஹாஸ்பிட்டல்ல அட்மிட் பண்ணி கவுன்சிலிங் குடுத்து

எப்படியோ ஸ்கூல் முடிச்சேன். மார்க் கம்மியா இருந்தனாலயும், டிப்ளமோ காலேஜ் வீட்டுக்கு மிக அருகாமையில் பத்து கிலோ மீட்டர் தூரத்துல இருந்தனாலையும் அங்கயே சேத்துவிட்டுட்டாங்க. அப்பா தான் தினமும் பிக்கப் ட்ராப்... ஸ்கூல் படிக்கிறப்பவே ரணகளம் பண்ணிட்டதுனால ஸ்ட்ரிக்ட்னு சொல்ல முடியாது ரொம்ப கவனமா இருந்தாங்க.

நம்மல நிறையபேர் நம்புனாலும் நமக்கு மொதல நம்மல பிடிக்கணும் அதனால என்னோட திறமைய வளத்துக்க

முயற்சி பண்ணேன். நிறைய இன்டெர் காலேஜ் கம்பெட்டிஷன் போனேன். அகாடமிக்கும் விடல சரியா படுச்சு கவனத்தை சிதற விடாம 85.44% வாங்கிட்டேன். எனக்கே என்ன ரொம்ப பிடிச்சது.

அம்மா அப்பாக்கும் ரொம்ப சந்தோசம். அத சரியா பயன்படுத்தி கெஞ்சி கோவைல என்ஜினீயரிங் சேர்ந்தேன். ஆமா லேட்ரல் என்ட்ரி.

செகண்ட் இயர்..

புது கிளாஸ், புது பிரண்ட்ஸ், புது ஊரு, புது லவ் செம ஹாப்பி.

அவன் பெரு ஜெய் செமயா இருப்பான். அந்த காலேஜ்லயே அவன் தான் கெத்து. ஸ்டுடென்ட்ஸ் யூனியன் செக்ரேட்டரினா சும்மாவா எல்லா பொண்ணுகளுக்கும் அவனை பிடிக்கும் எனக்கும் தான்.

ஆனா நான் வேர டிபார்ட்மென்ட். ஒரு ஆறு மாசம் அவனை தூரத்துல இருந்தே செம சைட். பிரண்ட்ஸ் யார்டையும் சொல்லல அவ்வளவு காம்படிஷன்.

காதல் வேற படிப்பு வேற, காதலுக்காக எந்த விதத்துலயும் என்ன காயபடுத்திக்க கூடாதுனு

ரொம்ப தெளிவாயிருத்தேன்.

இவ்வளவு தயாரா இருந்தும் ஜெயிட்ட பேசுற வாய்ப்பு மட்டும் அமையவும் இல்ல அமைச்சுக்கவும் இல்ல. நா அழகாயிருக்கேனு சைட் அடுச்சு, ஹெல்ப்லாம் பண்ணி நிறைய பசங்க ப்ரூப் பண்ணாலும். அவுங்களுக்கு எண்ட ப்ரொபோஸ் பண்ண எவ்வளவு தயக்கம் இருந்துச்சோ, அதே தான் எனக்கு, ஜெயிக்கிட்டையும் இருந்துச்சு.

ஜெய்க்கு தலகணமே கிடையாது. அவனுக்கு எல்லாருமே பிரண்ட்ஸ் தான். மீடியமான உயரம், மாநிறத்துக்கு கொஞ்சம் அதிகமான நிறம், கூர்மையான மூக்கு, கருமையான நெடிய

புருவம், பாதாம் வடிவ கண்கள், அவனோட வலது கண்ணோட கீழ்யிமைல குட்டியா ஒரு மச்சம். அளவான முடி... அம்சமா இருப்பான்.

இந்த பிகர்க்கு ஆளுயில்லனு சொல்றது நம்புற மாதிரியே இல்லனு நீங்க கேக்குறது எனக்கு புரியுது. நான் விசாருச்சா வரைக்கும் ஜெய் யாருக்கும் ப்ரொபோஸ் பண்ணவேயில்ல...

ஜெய்க்கு ஒரு பொண்ணு ப்ரொபோஸ் பண்ணா அது நான்தானு சொல்ல எனக்கும் ஆசையாதா இருக்கு. அவள் பெயர் ஜெயா அவளும் லேட்ரல் என்ட்ரிதான், ஆனா ஜெய் லைப்ல சீக்கரம் என்ட்ரி ஆகிட்டா!!

காலேஜ்ல நிறைய பொண்ணுங்களுக்கு ஒரே கவலை... நானும் அந்த லிஸ்ட்ல இருந்தேன். அதுவரை யாருனே தெரியாத ஜெயா காலேஜ் பேமஸ் ஆகிட்டா. ஜெய்காக கை அறுத்துக்கிட்டதாகவும் சொன்னாங்க.

ஜெய்யும் ஜெயாவும்... ஆல்வேஸ் அவுட்டிங் தான், பெர்லயே செட் ஆகிட்டாய்ங்க போல. ஜெய் அவளை ஒரு அரியர் கூட வைக்க விடல ரெண்டுபேரும் சேந்து படுச்சாங்க. நானே அதை பாத்திருக்கேன். அங்க நான் இருந்திருக்கணும்னு, நினைச்சுட்டு

"எங்க இருந்தாலும் வாழ்கணு" - பாக்குறப்பலாம் வாழ்த்திட்டே காலேஜ் பாதி ஓவர்.

அவுங்க லவ் பண்ண டைம்ல ஜெய்கூட இன்டெர் காலேஜ் காம்படிஷன் போனேன்... ஆனா ஜெயா கூட போன்லேயே செம கடலை. என் வயிறு எறுஞ்சதுதான் மிச்சம். ஆனா, அதுக்கப்பறம் வந்த காம்படிஷன்ல நானும் ஜெயும் நல்ல பிரன்ட்ஷ் ஆகிட்டோம். அவுங்க லவ் ஸ்டோரிகூட சொன்னான். அடிக்கடி டெக்ஸ்ட்லாம் பண்ணுவான் ரொம்ப அக்கறையா பேசுவான். நானும் நல்ல நண்பனா பாத்தேன்.

திடீர்னு கொஞ்சனால பேசவே இல்ல. கேம்பஸ்ல நேருக்கு நேரா பாத்தா கூட ஒரு சின்ன ஸ்மைல் கூட இல்ல. காரணம் என்னனு சொன்னா போதும்னு நெனச்சேன் மெசேஜ் பண்ணா கூட ரிப்ளை இல்ல... பொறுக்க முடியாம கால் பண்ணேன் என் நம்பர் பிளாக்ல இருந்துச்சு. நானும் பேசுறத நிறுத்திட்டேன்.

பைனல் இயர் வந்தாச்சு *farewell* அப்போகூட ஜெய் பேசவே இல்ல... நானே போய் பேசனுப்ப கூட ஹ்ம்ம்... ஓகே பை அவளோதா ரியாக்சன். நான் எதிர் பார்த்தது தான்.

கேம்பஸ் இன்டெர்வியூல செலக்ட்டாகி சென்னைல ஒரு *IT* கம்பெனியில் ஜாயின் பண்ணிட்டேன். டைம் ரொம்ப வேகமா போயிருச்சு எங்க வீட்ல கல்யாணம் பண்ணிக்கனு ஒரே டார்ச்சல். அரை மனசோட ஒத்துக்கிட்டேன்.

அன்னைக்கு ஈவினிங் மாப்பிளையும் சென்னைல ஒர்க் பண்றனால என்ன பாக்க வரதா சொன்னாங்க. நானும் வீடுலாம் கிளீன் பண்ணிட்டு ரெப்ரஷ் ஆகிட்டு பால் காய்ச்சிட்டுயிருந்தேன். கால் வந்துச்சு *unknown* நம்பர்.

"ஹாய், எப்படி இருக்கீங்க எனக்கு கொஞ்சம் ஒர்க் ஆகிருச்சு சோ, இந்த வீக்எண்ட் மீட்பண்ணலாம் வெரி சாரி..." எண்ட இருந்து எந்த ஒரு பதிலும் எதிர் பாக்கமா கால் கட்.

போன் வைக்கிறதுக்கும் கால்லிங் பெல் அடிக்கிறதுக்கும் சரியா இருந்துச்சு...

ஓஹோ இவ்ளோ கேவலமான சர்ப்ரைஸ்சானு கதவை திறந்தா ஷாக்...

ஜெய் குத்து கல்லாட்டம் நிக்குறான் என்ன பேசுறதுனே தெரியல ரூம்மேட்க்கு நைட் டூட்டி சோ நான் மட்டும் இருந்தேன்.

"உள்ள வா... உக்காரு "

அவனும் அமைதியா இருந்தான் எதுவும் பேசல. அந்த மௌனத்தை கலைக்க இரு காபி எடுத்துட்டு வரேன்னு கிட்சன் போனேன்.

எதுக்கு வந்திருக்கான்? யார் அட்ரஸ் சொல்லிருப்பா?? இவ்ளோ நாள்கழிச்சு ஏன் வந்தான்??

கேள்விகளோட காபி கொடுத்துட்டு நானும் என்னோட காபி ஓட ஒக்காந்தேன். அவனே பேசுற வர வெயிட் பண்ணேன்.

"எப்படி இருக்க? "

"ஹ்ம்ம் பாக்குறேல்ல நல்லாத்தான் இருக்கேன். "

"சாரி..."

" சரி"

"ஹே ப்ளீஸ் மன்னிச்சுரு... ஜெயாதான் உன்ட பேச கூடாதுனு சொல்லிட்டா..."

" ஓஹோ... Sari"

"எனக்கு பிரேக் அப் ஆகிருச்சு "

"அப்படியா..."

" ஹே ரொம்ப சாரி... நாலு அறை கூட அரஞ்சுக்கோ... "

விட்டேன் நாலு அறை...

"இவ்வளவு நாளா வேஸ்ட் பண்ணிடியேடா..."

" சாரி உன்ன ரொம்ப மிஸ் பண்ணேன்... பைனல் இயர்லாம் எனக்கும் ஜெயாக்கும் ஒரே சண்டை... புலம்ப கூட யாருமில்ல... "

"இண்டென்ஷிப்க்கு பெங்களூர் போய் ஒரே குடி அங்கையே வேற ஒரு பயனோட லீவ்ன்... போன் பண்றப்பலாம் அட்டென்ட் பண்றதே இல்ல என்ன சீட் பண்ணிட்டா.

போன வாரம் மீட் பண்ணனும் சொன்ன மன்னிச்சுருனு சொன்ன நல்லா அரைய விட்டுட்டு போடினு வந்துட்டேன். உன்ட மன்னிப்பு கேக்கணும்னு தோணுச்சு அதான் வந்தேன். ரியலி சாரி."

" இவ்வளவு நாள் வேஸ்ட் பண்ணிட்டியேடா அந்த நாள் திரும்ப வராதே. எனக்கு கல்யாணம் பிக்ஷ் பன்னிருக்காங்க. இனிமே நம்ம பழைய மாதிரி இருக்க முடியாதுடா யாருக்காகவும் யாரையும் விடாதா அட்லீஸ்ட் என்ட்ட இதுதான் பிரச்சனைனு சொல்லிருக்கலாம். உன்ன ரொம்ப பிடிக்கும் ஜெய்... எவ்வளவு மிஸ் பண்ணேன் தெரியுமா... உண்மைய சொல்லனும்னா உன்ன லவ் பண்ணேன்... நீ ஜெயாவ லவ் பன்றேன்னு தெரிஞ்சு மனச மாத்திகிட்டேன். இத்தன வருசத்துல ஒரு தடவ பேச முயற்சி பன்னிர்கலாம். இனிமே என்னவிட்டு போகாத ஐ லவ் யூ " அவனை கட்டி அனைத்து முகம் முழுவதும் முத்தமிட்டு இதுலாம் உன்கிட்ட சொல்லணும் போல இருக்குடா ஆனா சொல்ல முடியல.

"சரிடா பரவலா... இந்த போட்டோ பாரேன்" மொபைலில் இருந்த போட்டோவை காட்டினேன்.

" இது யாரு நம்ம காலேஜா... பாத்த மாதிரி தெரியலையே "

நான் கல்யாணம் பண்ணிக்க போற மாப்பிளை... நல்லா இருக்கானா அரேஞ் மேரேஜ் இன்னைக்கு மீட் பண்றதா இருந்தோம் அவருக்கு ஒர்க் சோ உன்ட பேசிட்டு இருக்கேன். இருந்து சாப்பிட்டுபோ..."

" நீ யாரையுமே லவ் பண்ணலையாடி " -கேட்கக்கூடாத கேள்விய கேட்டுட்டான்.

எல்லாரும் சொல்ற பதில், " இல்லடா, அப்படி யார பாத்தும் தோணல "

"என்னைய பாத்துமான்னு கேட்ராதா ஜெய் ", மௌனமாக கத்தினேன்.

" சரி, பத்து நிமிஷம் குக் பண்ணிறேன் சாப்பிட்டு போகலாம்..."

"இல்லமா ஹைதெராபாத்க்கு ட்ரான்ஸபெர்ல போறேன் இன்னைக்கு நைட் ட்ரெயின் உன்ட பேசுனா நல்லாயிருக்கும்னு தான் வந்தேன்... சரி நா கிளம்புறேன்..."

" சரி ஜெய் பாத்து போயிட்டுவா... அதே நம்பர் தான பிளாக் பன்னலையே... " கண்ணீரை மறைத்த புன்னகையோடு கேட்டேன்

" ஹே... என்னமா எப்பவேணா கால் பண்ணு... "

"கல்யானதுக்கு இன்விடேஷன் அனுப்புறேன் வந்து சேரு..."

" சரிமா... கண்டிப்பா.

போயிட்டு வரேன் டேக் கேர் "

அவன் படிகளில் இறங்கி தெருவை கடக்கும் வரை பார்த்து விட்டு... எனது அறை கதவுகளை அடைத்து நீண்ட காலமாக அடக்கி வைத்த கண்ணீர் என் இரவு முழுவதையும் நனைத்தது.

உன்ன பிடிக்கும்னு சொல்ல ஆசை தான்.

உன்னைய அப்படி பாக்கலைனு சொல்லிடேனா... அத ஏத்துக்க நான் இன்னும் பக்குவ படல... மிஸ் யூ பார்ரெவர்!!!

♥♥♥♥♥♥

அத்தியாயம்

4

நான்கு மணி! கடிகாரம் கீதம் ஒலிக்க உறக்கம் களைந்தாள். தன்னுள் பேசி இறைவனை பிராத்தித்து நினைவுகளை கண் இமைகளில் விரித்து சற்று நேரம் இனிமையான நினைவுகளின் சுகத்தை அனுபவித்து. பால் ஆடையை, பாலில் இருந்து பிரிப்பது போல் தன் இமைகளை மெல்ல விரித்தாள். தலைமாட்டில் மாட்டப்பட்டிருந்த கடிகாரத்தை, மெத்தையில் புரண்டு தலையை நிமிர்த்தி நோக்கினாள் மணி ஐந்து என காட்ட, "அச்சச்சோ மணியாச்சே ".என முயலாக தாவி குதித்து எழுந்தாள்.

இரவே தயாராக கட்டிலுக்கு அருகே உள்ள நாற்காலியில் எடுத்து வைத்திருந்த நீலம் மற்றும் இளஞ்சிவப்பு வண்ண ஆடையையும், உள்ளாடைகளை எடுத்து கொண்டாள், துண்டை காணவில்லையே என்று தேடும் பொழுதுதான் மின்விளக்கை போடவில்லை என்றும், அவசரத்திலும், தூக்க கலக்கத்திலும் உழற்றி கொண்டிருப்பதை உணர்ந்து, பெத்தானை அழுத்த, மின்விளக்கு மின்னியது. மஞ்சள், வெள்ளை வண்ண துண்டு மேஜையின் அடியில் கிடந்தது. "ஐ இங்கே இருக்கிறது" என அதை எடுக்கும் போது மணி 5:10 ஆகிஇருந்தது.

பதறி குளியல் அறையை அடைந்து...

பதுமையாக வெளியே வந்தாள். அதிகாலை வருடும் தென்றலுடன் அவள் மஞ்சள் வாசமும் சேர்ந்து கொண்டது. நிலவு பொறாமையில் மேக கதவுகளில் பதுங்கி அவளை பார்த்தது!

இவை எதுவும் அறியாத நமது நாயகி நித்தியா தன்னை அலங்கரிக்காமல் வாசலை அலங்கரிக்க ஆயத்தமனாள். அவள் அலங்கரித்து வந்திருந்தால், நிலவு விடுப்பு எடுத்துவிடும் என அவளை அறியாமலே கரிசனம் கொண்டாள் போலும்! வாசகர்களே நமது நாயகிக்கு, நாயகிக்கான அம்சங்கள் பொருந்துகிறது அல்லவா!... அழகு, பொறுப்பு, கரிசனம்... சரி நம்ம கதையை பிறகு வைத்து கொள்வோம் எங்கு விட்டேன்...!

அ... ம்ம்... வாசல் தெளிக்க, நேற்று மாலையே எடுத்து, அதற்குரிய பாத்திரத்தில் வைத்த சாணியை எடுத்து வாளியில் போட்டு நீரை ஊற்றி கரைத்தாள். பின்பு வாசலை படிய கூட்டினாள். அலங்காரமாக படர்ந்து இருக்கும் புல்தரையாக தன் இல்ல வாசலை செதுக்கினாள்! வாளியை, வைத்து விட்டு கைகளை கழுவிவிட்டு, பிறிதொரு முறை வாசலை செதுக்கி கோலம் போட அமர்ந்தாள். வேலைகள் அட்டவணை படி நடந்தாலும் அவள் கருவிழிகள் சுழன்று கொண்டே இருந்தது. அவளை அறியாமலே எதற்காகவோ அலை பாய்ந்தது மனது. இதமான பனி... எதிர் வீட்டு வேப்ப மரத்தின் தென்றல் தவழ்ந்து அவள் அங்கம் தொட... அவளை அறியாமலே அவள் கண்கள் தென்றல் தொட்ட திசை நோக்கியது!

கதவுகள் திறக்கும் சத்தம் கேட்டகவும், எதிர் வீட்டு வாசலை நோக்கிய ஓர விழிகளை கோலத்தில் பதித்தாள், நினைவுகள் திண்டாடினாலும் கைகள் அதன் வேலையை பார்த்து கொண்டுதான் இருந்தது.

அந்த கதவுகளின் சப்தமும், ஒரு உருவம் வெளியே வந்து நின்றதும், அந்த கண்கள் அவளை

நோக்குவதாகபட்டது பின்னர், அவள் கைகள் முதல் மேடை பேச்சாலனை போல நடுங்க தொடங்கியது.

அவளை கண்கள் ஒன்று கவ்வுவதை உடல் உணர்ந்தது, முதல் மேடையில் பேசவேண்டும் என்ற ஆசையும், பயமும் கட்டிக்கொண்டு புரளுவது போல் கடைவிழியாள் பார்த்திட இதயம் உசைன் போல்ட் போல் வேகம் எடுத்தது. அந்த நிசப்த தீண்டலை வானமும், மேகமும் ,குளிர் பனியும், கதிர் விரிக்கும் கதிரவனும், தென்றலும் சிலையாக பார்க்க, ஓர் மனித குரல் உடைத்தது.

"என்னப்பா நித்திலா எப்ப வந்த? எப்படி இருக்க? பாத்து ரொம்ப நாளாச்சே, எங்க வேலை பாக்குற ? ஆளு மெலுஞ்ச மாதிரி இருக்கியே?" என அந்த உருவம் பதில் எதிர்பாராமல் கேள்விகளை அடுக்க.

"நானா... எ... என்ன...கேட்டீங்க ஐயா? " அவனோ வேறு லோகத்தில் பறந்து கொண்டிருந்தான் திடிர் என விமானத்தை தரை இருக்க முடியாமல் திணறி பின் காதில் விழுந்ததை நினைவுகூர்ந்து, "அ... இன்றைக்கு அதிகாலை நாலு மணி இருக்கும். ம்ம்ம் நலம், பெங்குளூரில் வேலை பாக்குறேன், அதுலாம் ஒன்னுமில்லை ஐயா "என்று அவனும் ஒப்பித்தான்.

அந்த உருவம் அங்கு இருந்து நகரும் தருணம் நம்ம நாயகி குறுகுறு பார்வையிலிருந்து விடுபட்ட நிம்மதி கலந்த சோகத்தில் தன் கோலத்தை வேகமாக முடித்திருந்தாள்.

விழிதீண்டல் இடைவேளைக்கு பின் தொடர்ந்தது...

இருதயம் வேலை நிறுத்தம் செய்து விடும் போல! அந்த அளவுக்கு அந்த பார்வை அவளை குடைந்தது. அந்த கண்களை அவள் இன்னும் நேரடியாக காணவில்லை. அவன், அவளை பார்க்கிறான் என்ற உணர்விற்கே இப்படி என்றால் விழி மோதினால் பிரழயமே வந்துவிடுமோ!

மெல்ல எழுந்து அவள் வீட்டு கதவை நோக்கி நடந்தாள். நடக்கிறாள் ஆனால் நகர்ந்தபாடு இல்லை. அந்த நொடி கடந்து விடுமோ என்ற ஏக்கமும், இதய துடிப்பும் அவளை தடுக்க போராடி கதவை திறந்து கோலப்பொடி கிண்ணத்துடன் உள்ளே நுழைந்தாள்.

கதவை தாளிடும் பொருட்டோ கண்களை காணும் பொருட்டோ தன் ஒளி முகம் காட்டினாள் அவளை கொள்ளை அடித்தவனுக்கு. திரும்பி சூரியனை கண்ட சூரியகாந்தி போல முகம் நிமிர்த்தி கதவை தாளிட்டாள்.

அந்த இரும்பு கம்பி கதவின் இடைவெளியில் எதைச்சியாக பார்ப்பதாக அவளை நம்ப வைத்துகொண்டு அந்த ஒளி கண்களை ஏறிட்டாள். முதல்முறை பார்ப்பது போல்...

அவளை புரட்டி போட்ட, அந்த விழிக்குள் புகுந்தாள். பார்வைகள் கலக்க காதல் பெருவெள்ளம் புரண்டது.

சிலையானாள்! சிக்கிகொண்டாள் சிறையில். சிறையில் இருந்து பிரிய மறுத்தாள்.

அவன் பார்வை விடுதலை சாவியை விழுங்கிவிட்டது போலும்.

பிரிவின் தவிப்பில், காதல் கலக்க, காதலில் மோகம் ஊற்று எடுத்தது. அவன் கண்கள் அவளை அழைத்தது, மறுக்காத பார்வை பார்த்தாள். அவன் கண்கள் அவளை புகைப்படம் படம் எடுக்க தொடங்கியது...

அவனின் வசிய கண்கள் அழைக்கும் திசையில் அவள் நிலை மறந்து அவனை நோக்கி நடந்தாள்.

அவன் விரல்கள் அவள் கண்களை அளவெடுத்தது. அவள் நாசியில் விரல் சறுக்கு மரம் விளையாடியது, அடுத்தது அவன் இதழ் தொட்டு விட போகிறான் என மூளை ஒலி எழுப்பியதும் உடல் முழுவதும் என்னமோ செய்தது.

அவன் விரல் இதழில் ஒட்டிக்கொள்ள வேண்டும் போல இருந்தது. அவன் விரல் கன்னத்தில் குதித்து மெதுவாக வலக்கன்னத்தை

அழுந்த கிள்ளினான், அது அவளுக்கு சுகமாக இருந்தது. அந்த விரல்கள் இதழ் நிலையம் வரும் பாதையில் பயணிக்க தொடங்கியது...

இடக்கன்னம் தொட்டு வலக்கன்னம் வழியாக இதழை அடைய... மேல் இதழின் நுனியை தொடவும் உயிர் உணர்ந்தாள்... விழிகளை இமை தழுவிக்கொண்டது.

"அம்மாடி நித்தியா...நித்தியா... " அவள் விழிகள் திறக்க நித்திலன் அவளை ரசித்து கொண்டிருந்தான். "நித்தியா கோலம் போட்டியாமா சீக்கரம் வாமா".

"இதோ வந்துட்டேன் அத்தை" என அவனிடம் சிக்கிக்கொண்ட அவள் ஆன்மாவை பிரித்து கதவை தாழிட்டோமா என சரிபார்த்து, வீட்டுக்குள் ஓடினாள்.

அவள் ஓடுவதை நித்திலன் இமை துடிக்காமல் பார்த்திருந்தான் அவனுக்கு சொந்தமான

பதுமையை பிரிந்த ஏக்கமும் காதலும் தெரிந்தது அந்த பார்வையில்.

"இங்க பாரேன் நித்திலன் வந்துட்டான் போல! அவன் பைகள் எல்லாம் உங்க அறையில் இருக்கு!" என அறையை பெருக்க சென்றவள் துடைப்பதுடன் கூறினாள்.

"ஆமா அத்தை இப்பதான் பார்தேன் வந்துட்டாங்க போல..., ஆனா பைகள் எல்லாம் இப்பதான் பாக்குறேன், அம்மா வீட்டுல இருக்காங்க ".

அவன் இல்லாத நாட்களில் அவர்களது அறையில் தூங்க விரும்புவதுயில்லை.

அவன் நினைவுகள் அவளை கண்ணயர விடுவதில்லை. விருந்திரனர் வந்தாள் தங்குவதற்காக இருக்கும் சிறிய அறையில் தான் உறங்குவாள்.

"அடப்பாவி காலையில்லேயே பொண்டாட்டி கோலம் போடுறத பாக்க வந்துட்டானா." என பொய் கோபமாகவும், கேலியாகவும் திட்டினாள் நித்திலனின் தாய்.

"கல்யாணத்துக்கு முன்னாடிதான் இந்த வீட்டு வாசலில் தவமா கிடப்பான் உன்ன பாக்க. கல்யாணம் ஆன பிறகும் விட மாற்றானே இந்த பய" என தன் மகன் தன் மீது கொண்ட பாசம்

அவள் மனைவிக்காக பிரிவதை உணர்ந்திருந்தாலும் அதை ஏற்றுக்கொண்டவள் நிதானமானவள்.

தன் மகனின் அலாதி காதலை என்னி கேலியுடன் பேசினாள்.

"நித்தியா வெக்கத்தில் சிவந்து தன்னுளே சிரித்து கொண்டாள்".

"என்ன அம்மா உன் செல்ல மகனை திட்டுற " என உள்ளே வந்தவன்,

தன் அம்மாவை கட்டி" செல்ல அம்மா ", என கன்னத்தில் கிள்ளினான். நான் எப்பவுமே உன் மகன்தான் என கொஞ்சினான்.

"அம்மா பயண களைப்பு தலை வலிக்குது ஒரு இஞ்சி டீ போட்டுதாமா"

என குழந்தையாய் கேட்டுவிட்டு, அவன் அன்னை பாராதவிதம் அவளை பார்த்து கண்ணடித்தான்.

விழுந்து விட்டாள்

எப்படித்தான் இவனின் பார்வைக்கு சொக்குகிறோம் என்றே தெரியவில்லை அவளுக்கு.

"அச்சோ தலைவலிக்குதா இதோ போட்டு தரேன் கண்ணா "

என சமையல் கட்டுக்குள் நுழைந்தாள் அவன் தாய்.

தன் கணவனை ரசித்தபடி நின்றுயிருந்த நித்தியாவின் பக்கம் திரும்பி அவள் உதடுகளில் விரல்களால் வருடி அழுத்தமாக பதித்துவிட்டான் தன் இதழை. ஐந்து நிமிடத்தை தொட்டுவிட்ட அந்த இதழ் அணைப்பை, சற்றும் எதிர்பாராத நித்தியா திக்கி தடுமாறி சொக்கி போனாள்.

முதல் தடவை போலவே !

முதல் இதழ் அணைப்புகள் அவள் கண்முன் விரிந்தது.

அவள் கன்னம் வருடி மெதுவாக இதழ் பிரித்தான். நித்தியா விழி மூடி கிறங்கி நின்னாள்! அம்மா டீ தா மா... என கத்தினான் நித்திலன் எதுவுமே நடக்காதது போல். அவன் குறும்பும் அதில் ரசிக்கும் படியாக இருக்கும் காதல் திருட்டு தனங்களும் அவளை என்றென்றும் ஈர்ப்பவை.

இதோ வரேண்டா என பதில் அளித்தாள் அவன் தாய். கண்களை விழித்த நித்தியா அவனை இருக்க அனைத்து கொண்டாள். டீ உடன் வந்த தாய். மௌன புன்னகை உதிர்த்துவிட்டு திரையை மூடிவிட்டு மெதுவாக கதவை தாளிட்டு சென்றாள்.

அந்த காதல் மலர்கள் யுகம் மறந்து காதல் கொண்டன.

"ஆச்சி... அப்பா வந்துட்டாங்களா...?" என அவள் அப்பாவால் அவளுக்காக; அவள் தலையணை அருகில் வைக்கப்பட்ட முயல்குட்டி பொம்மை அப்பா வந்ததை உறுதி செய்ய, தனது இருகைகளால் முயல்குட்டியை கட்டிக்கொண்டு, தூக்க கலக்கத்தில் கண்ணை கசக்கிக்கிட்டே அவள் ஆச்சி அறையில் இருந்து வந்தாள். ஆறு வயது நித்திலன்,நித்தியாவின் குட்டி அழகி நிதர்சனா!

அப்பாக்கு ரொம்ப தலைவலி தூங்குறாங்க, நீ பல் துலக்கிட்டு வருவியாம், ஆச்சி உனக்கு பால் கொடுபாங்கலாம் என் செல்லம் சமத்தா குடிக்குமாம். நம்ம தோட்டத்துல வெளயாடுவோமாம் என கூற "நரி கதை சொல்லணும்!"என கேட்டாள் மழலை. சரிடி கண்ணு என தலை அசைத்து அவளை வீட்டின் பின்னே இருக்கும் தோட்டத்திற்கு தூக்கி சென்றாள்.

என்றென்றும் தித்திக்கும் காதலில் மூழ்கி இருந்தனர்.

அந்த காதல் உள்ளங்கள்!

♥♥♥♥♥♥

அத்தியாயம்
5

"படுச்ச கதையோ ... கேட்ட கதையோ பார்த்த கதையோ! பழகுன கதையோ! காதல் கதைக்கு வயசு ஆகவே ஆகாதுல ?! 😛 " - என்றான் முகிலன்.

"ம்ம்ம்... ஆமாடா 😊 " - என்று மெல்லிதாக முருவலித்தாள்.

அந்த புன்னகை எளிதான புன்னகை தான். தெரிந்தவர்களை பார்த்தால் தோன்றும் இயல்பான புன்னகை தான்.

அந்த புன்னகை ஒளித்து வைக்கும் ரகசியங்கள் ஏராளம் என்று, தோன்றியது முகிலனுக்கு.

பல நினைவுகள் அவளை ஆட்கொண்டன.

"எப்போதுல இருந்து, இந்த கோவிலுக்கு வர? " என்று மௌனத்தை கலைத்தான்.

"சின்னதுல இருந்து வரேன் கண்ணா " - என்றாள் அந்த பெண்.

அவன் தொலைபேசி துடிக்க அதை இதய துடிப்பாக எண்ணி அவன் வேகமாக துடித்தான்.

" அவளாக தான் இருக்கும் " - என்று அவன் இதழ் சொல்ல, உடல் முழுவதும் வெக்கமும், மகிழ்ச்சி பாவனைகளும் செய்தன.

"மா..... அவளே தான் 😍😍😍😍...! - என்று *conform* செய்துவிட்டு.

மார்னிங்ல இருந்து இந்த மெசேஜ்க்கு தான் வெயிட் பண்ணேன்" - என்று குதூகலத்தில் மூழ்கினான்.

"சரி, கிளம்புவோம்" - என்றான்.

புன்னகையும், மொபைலும் ஆட்க்கொள்ள, நிமிராமல் குரல் மட்டும் கொடுத்தான்.

அவன் மொபைலில் காதல் லயம் மிட்ட இருவரும் அந்தி பொழுது பிரியும் தருவாயில்... தெருவிளக்கு நிழலில் நிலவை துணைக்கு அழைத்து கொண்டு, இரு தெருக்கள் தள்ளியிருந்த வீட்டை அடைந்தார்கள்.

தாயும், மகனுமாக.

மொபைல் போன் வெளிச்சத்தில் அவன் முகத்தின் காதல் ரேகைகள் பிரகாசித்தன

அணிச்சயாக கதவை திறந்து அவன் அறைக்கு சென்றான்.

இரவு உணவுக்கு பின்னும் நீடித்தன காதல் உரையாடல்கள்.

அவனுடைய காதலிக்கு உறக்கம் இமை தழுவவே...

மனம் இல்லாமல் குட் நைட், சொல்லி... சொல்ல முடியாத ஆயிரம் வார்த்தைகளுடன் உறங்க சென்றான் முகிலன்.

காதல் கட்டி அனைக்கையில் உறக்கம் ஏது !?!

தூக்கம் வராமல் திண்டாடி தவித்தான்.

தூக்கம் வரும் என்ற, நம்பிக்கையை கைவிட்டு, அம்மாவின் அறைக்கு சென்றான்.

அவன் குழம்பும், பயப்படும் சமயங்களில், அவன் தாயின் மடி இதம் தரும். இப்பொழுதோ காதல் அவனை ஆட்டுவிக்கிறது!

அவனும், அவளும் பேசாத விஷயங்களே கிடையாது.

எல்லாமும் தாய் தான் என்று சொல்லுவது கோலைத்தனமாக தோன்றும்.

அம்மாவை சார்ந்து வாழவில்லையே என்று தோன்றும் முகிலனுக்கு!

இருவருக்கும் ரசனைகள், ஆசைகள், கொள்கைகள் அனைத்தும் முரண். சண்டை போடுவார்கள், பேசாமல் இருப்பார்கள், திட்டிகொள்வார்கள்.

இருவருக்குளும் ஒரு தோழமை, கண்டிப்பு, பாசம் அனைத்தும் உண்டு.

ஒருவரை ஒருவர் கவனித்து கொள்கிறார்கள்.

குடும்பம் என்று சொல்லிவிட்டால்,

பெரியவர் சொல்படி சிறியவர் நடந்தே தீர வேண்டும். இங்கு அந்த கதைக்கு வேலையே இல்லை... தவறு செய்தால் தயக்கம் இன்றி மன்னிப்பு கேட்பாள் சுமதி.

இங்கு வயதுக்கு மரியாதையும் உண்டு, உணர்வுகளுக்கு மதிப்பும் உண்டு.

இவர்கள் உறவின் ஆழம், அவர்கள் அன்பின் ஆழம்.

சரி ... கதைக்கு வருவோம்.

முகிலன் தூக்கம் வராமல் சுமதியை எழுப்பி, அவள் மடியில் படுத்துக்கொண்டான்.

அவன் தவிப்பு உணர்ந்து, முடியை வருடி கொடுத்தாள். அந்த இதமான வருடலில் சட்டென உறங்கி போகும் அவன், பதினைந்து நிமிடம் கடந்தும் உறங்கவில்லை.

இருவருக்குளும் ஓசை அற்ற எண்ணங்கள் இசைத்து கொண்டு இருந்தன.

"அம்மா நீ லவ் பண்ண கதை சொல்லேன்..." - என்றான் ஆர்வமாக .

அவள் புன்னகைத்தாள் ...

கதையின் ஆரம்பத்தில் நாம் கண்ட அதே புன்னகை.

"டேய் நிறையா தடவ சொல்லிட்டேன்டா" - என்றாள் அழுப்பை வரவழைத்து.

"அம்மா ப்ளீஸ்... மா சொல்லேன் " - என்று அவள் நாடி தொட்டு கெஞ்ச,

அவளின் வசிகரிக்கும் இதழ் விரிப்பில் வயதுகள் கடந்து சுருக்கங்கள் அனைத்தும் கலைந்தன.

முகிலன், சட்டென்று தன் மனதை மாற்றிக்கொண்டு.

"அம்மா...அம்மா... இந்த தடவ கதை வேணாம் கேள்வி கேட்டுக்கிறேன் பதில் சொல்லு" - என்றான் உற்சாகமாக துளிக்குதித்து.

"சரி டா... கேளு " - என்றாள் சுமதி.

"அம்மா எப்போ உன்னோட லவ் ஸ்டோரி பத்தி பேசுனாலும் உன்னோட முகம் எப்படிமா இப்படி மாறுது. ஒரு ஆழமான புன்னகை... என்னன்னமோ..

அத எப்படி சொல்றதுனே தெரியலமா உன்னோட *face* ரியாக்ஷன் பாக்கவே நா நிறைய தடவ கேட்ருக்கேன்".

"அம்மா உன்னோட கண்ணு சிரிக்குது மா! அந்த காதலோட சந்தோசத்த வேற எதுவுமே கொடுக்களையா உனக்கு ?"

"என்னடா ஒரு கேள்விக்கு இவளோ பேசுற... 😄 "

"நீ பதில சொல்லுமா ... "

"சரிடா கேட்டுக்கோ...நம்ம யாருக்குமே முதல் தடவை சிரிச்சது, பேசுனது, நடக்க பழகுனது இது எதுவுமே நியாபகம் இருக்காது மகனே... ஆமா தான? "

"ஹ்ம்ம்...மேலே கூறுங்கள்... "

"நீ குழந்தைனு உணரதுக்கு முன்னாடில இருந்தே குழந்தையா இருக்க, *so*..." - என்று சுமதி முடிப்பதற்குள்...

"அதுனால...? மொக்க போடாதமா... " என்றான் முகிலன்.

" இல்லடா...பொறுமையா கேளு" என்றாள்.

"இழுக்காத டக்குனு சொல்லுமா..." என்றான்.

" இப்படி *interrupt* பண்ணா சொல்ல மாட்டேன்... "

"சரி.. சரி... கோச்சுக்காத சுமதி, வாயை மூடிக்கிறேன்🙊 நீ சொல்லு... " - என்றான்.

"ஹ்ம்ம் குட், அப்படியே கேளு..." - என்று கூறி, சொல்ல ஆரம்பித்தாள்.

"முதல வர வெக்கம்,தவிப்பு...

மனச பிசையும் ஆசைகள்,

பேச துடிக்கும் இதழ்...

நீள துடிக்கும் நிமிஷம் ...

உயிர குடிக்கும் காதல்

பார்வைகளுன்னு...

ஒவ்வொரு நொடியும்...

உருவாகுரத உன்னால முழுசா பாக்க முடியும்...

இனிமேலும் நீ குழந்தை இல்லனு புரியும்...

யார காதலிக்குறோம்...எதுக்கு காதலிக்குறோம்... தேவையா... தேவையில்லையா... வசதி, மதம், ஜாதின்னு எதுவுமே வேகாது!

அந்த உணர்வு மட்டுமே போதும்னு தோணுற *fantacy* வேர்ல்ட்டா அது!

மேஜிக் *worldddd* 😍 அதனால தான், அது புதுசாவே இருக்கு! " - என்றாள்.

"ஆமா மா... 😍 😍 😍 அப்படிதா இருக்கு... அவ என்ட பேசுறான்னு நெனச்சாலே என்னன்னமோ பண்ணுதுமா.

காதலுக்கு நீ சொல்ற அர்த்தம் என்னமா?" - என்று கன்னத்தில் கைவைத்துக்கொண்டு கதைக்கேட்க்கும் குழந்தையாக,அவளையே பார்த்தான் முகில்.

"அது மாறிட்டே இருக்கும்... முதல் தடவை அது விசித்தரமா புரியாத... ஒண்ணா இருந்துச்சு அப்போ... எதிர்பார்ப்புனு எதுவுமே இல்ல. பாத்தா மட்டும் போதும்னு தோணும். அந்த காலேஜ் வகுப்பறையில ஜன்னல் ஓர இடத்துக்கு சண்டை போட்டு, உட்காந்து ஒரு நொடி அவன் கிராஸ் பண்ணறத பாப்பேன் அவ்ளோதான்டா! போதும் இந்த வாழ்க்கையோட மொத்தத்தையும் அனுபவிச்ச *happiness* இருக்கும்."

"அவரு உன்ன பாக்குறப்ப எப்படிமா இருக்கும்?"

"இல்லடா... எனக்கு தெரிஞ்சு அவர் என்ன பாத்ததே இல்ல,"

"ஹே... கேடி அம்மா அவரு பாக்காமையா அவரு வீட்டுக்குலாம் போயிருக்க" - என்றான் கிண்டலாக.

"டேய், அது என் பிரண்ட் வீட்டுக்கு போனப்ப, அவளும் நானும் பூ பறிக்க போனோம் " என்று எதார்த்தமாக சொன்னாள்.

"பூ பறிக்குற சாக்குல சைட் அடுச்ச... அப்படித்தான " - என்றான்.

"அப்போ அவர் வீட்லயில்லடா ..."

"ரொம்ப வருத்தம் போலயே " - என்றான் முகில்.

"இருக்காதா பின்ன... அவன் வீட்டுக்கு பக்கத்து வீடுன்னு தெரிஞ்சுல...அந்த,கொனட்டி கல்யாணிய பிரண்டு பிடுச்சேன்".

" அம்மோய்ய் ... நீ செம... "

"ஆனாடா... அவர் இல்லாம அவர் வீட்டுக்குள்ள போனது, அவர் நடந்த இடத்துல நடந்தது, அவுங்க வீட்டு சோஃபால ஒக்காந்தது... எல்லாமே சுவாரசியாமாவும், அழகாவும் இருந்துச்சு. வந்திருவ◌ாரோ, வந்திருவ◌ாரோன்னு நெஞ்சுக்குல வந்த படபடப்பு... இருக்கே... ஹயோ...!"

சிலையாக கண்கொட்டாமல் அவள் வார்த்தைகளை ரசித்து கொண்டுயிருந்தான் முகிலன்.

"அவர பாக்காத நாலத்தான் அந்த நினைவுகள் புதுசாவே இருக்குனு பலத்தடவை தோணிருக்கு ".

"அவ்ளோ பிடிக்குமா மா உனக்கு? " - என்றான்.

"ஆமாடா... ரொம்ப பிடிக்கும் 😊 "- என்று புன்னகைத்தாள்.

காதலாய் சில நினைவுகள்...

♥♥♥♥♥♥

அத்தியாயம்
6

பள்ளியில் இருந்து வந்தவள் புத்தக மூட்டையை தொப்பென்று போட்டுவிட்டு.

முகம் கழுவி , இரட்டை பின்னலை லேசாக சரி செய்து...

பூவிற்கு மகரந்தம் போல், அவள் நெற்றிக்கு அழகு சேர்த்தது பொட்டு .

பதின் பருவத்தின் எழிலில், அவளின் இயல்பான செய்கைகள் கூட ரசிக்கும் படியாக இருந்தது.

வேகமாக சோபாவில் கிடந்த புத்தகங்களை எடுத்து சின்ன தோள்பையில் போட்டுக்கொண்டு வாசலுக்கு விரைந்தாள் .

"அம்மாடி ... அம்மாடி நில்லுமா"

என சப்தம் சத்தமாக கேட்டது .

"இந்த முட்டி வேற வலிக்குது " என விரைந்து வாசலுக்கு வந்து

"செத்த இந்த பாலை குடி தாயி "

என்றார் அவளின் தாத்தா.

என்னி மூன்று மடக்கு குடித்து விட்டு

"ம்ம்ம் ... போதும் லேட்டாச்சு" என்று

தென்றலுடன் தானும் பறப்பதாக என்னி வாகனம் நிறைந்த சாலையில் மிதந்தாள் சைக்கிளில் .

பாலை கூட முழுசா குடிக்க மாட்டிங்குது என்ன படிப்போ " - என்று புலம்பிக்கொண்டு வீட்டினுள் சென்றால் அவளின் தாத்தா.

தார் சாலையில் வாகன புகை மடலத்துக்குள்... மஞ்சள் வானத்தை ரசித்தபடி ஏதோ வானமும் மேகமும் கட்டிக்கொள்ள மரங்கள் பூத்தூவும் நந்தவனத்தில் வாழ்வது போல் மனதினில் ஒரு இன்பம் . யாரும் அறியாதவன்னம் அவள் மட்டும் உணர்ந்து வன்னம் மெல்லிய புன்னகை. அந்த ஒருகன புன்னகையை அவனின் இதழ்கள் , கன்னங்கள்,கண்கள், உடல், அவள் நரம்பு சதை அனைத்தும் உணர்ந்து தீர்த்துவிட்டன . அவன் மூளை மட்டும் போதும் என சமிக்ஞ செய்தது.

அந்த ஒரு கனத்திற்காக காத்துக்கொண்டு கிடந்தது அவனின் விழிகள். முளைக்கும் ஒரு போதனை செய்தது. இவள் இதழில் தோன்றும் இதழ்பிரிக்கா புன்னகையும், உயிர் ததும்பும் விழிகளும் மட்டுமே

போதும். அந்த கண் இமைகளின் துடிப்பு,என் இருதய துடிப்பையே அலட்சியம் செய்கிறதே...

"அய்யோ, அவள் கண்கள் என்னை பார்கின்றன அதில் எத்தனையோ உணர்வுகள் வெக்கம், தவிப்பு, ஆசை,பயம் ,அலட்சியம் இன்னும் அர்த்தம் தேடிக்கொண்டெ இருக்கிறேன். ஆனால், அந்த புன்னகையின் அர்த்தம் மட்டும் ...?

"என்னங்க நா வந்துட்டேன்! இன்னைக்கும் ஆபீஸ்ல என்ன நடந்துச்சு தெரியுமா?"

என்று கேட்டாள் அவனை பார்த்து .

காபி கோப்பையுடன் வான்மழையின் சாரலை ரசித்துக் கொண்டு இருந்தவன்,

ஏதோ அப்பொழுதுதான் உறக்கம் களைந்தது போல, ஒன்றும் புரியாமல் அவளை நோக்கினான் எந்தவித உணர்வும் அற்ற முகத்துடன் .

"என்ன நடந்துச்சு சொல்லுங்க? " -என்று சுயநினைவை வரவழைத்து வராத புன்னகையை துணைக்கு அழைத்து கொண்டு கேட்டான் .

"ஆஆஆ ... போடா சொல்லமாட்டேன்

என்ட் ட ஏன் கேக்குற " - என செல்லமாக சினிங்கினாள்

"என்னமா.... இப்படி நனைஞ்சுபோய் வந்திருக்க " என்று அக்கறையில் அலறினான் .

"அது இருக்கட்டும் இன்னைக்கும் என்ன நடந்துச்சு சொல்லு... ம்ம்ம்ம்... சொல்லு, மறந்துட்ட அப்படித்தான?"அவள் சொல்வதை கொஞ்சமும் காதில் வாங்காமல் ...

இவன் கிட்சனுக்கும்... ஹால்லுக்கும் ... ரூமுக்கும் பரபரப்பாக அலைந்து கொண்டுயிருக்க.

அவள் சொல்லுவதை காதுகுடுத்து கேட்கவில்லை என்ற கோபத்தில் நட்டநடு ஹாலில் நின்று இடுப்பில் கைவைத்து கொண்டு அவன் போகும் திசையெல்லாம் திரும்பி திரும்பி கண் சிமிட்டாமல் அவனையே முறைத்துக் கொண்டு நின்றாள்.

மழை நீரில் தவழ்ந்த மரக்கிளைகளில் நீர்த்துளிகள் சிக்கிக்கொண்டது போல் அவள் மீதும் சிக்கி அவள் வனப்பில்

மயங்கி ஒவ்வொரு துளியும் கரைந்து தன்னை மாய்த்துக் கொள்வதாக நினைத்து அவள் அங்கங்களில் இருந்து குதித்தும் ,உருண்டும் விழுந்து கொண்டிருந்தான்...

"ஏன் தான் இப்படி பன்றாளோ தொப்பலாவா நனைஞ்சுட்டு வருவாங்க " என்று

சமையல் கட்டுக்கு சென்றவன் உடனே திருப்பினான் வேகமாக அறைக்குள் சென்று புலம்பியபடி அவளது *cupboard* -ல் மாற்று உடையும்,துண்டையும் எடுத்து கொண்டு வந்தான் .

"இங்க வா" என பாசம் கலந்த கோபத்துடன் அவள் கைவளை பற்றி இழுத்தான் சற்று வேகமாகவே .

கையில் இருந்த மாற்று உடையை சோபாவில் போட்டுவிட்டு அவள் கூந்தலை தன் கைகளால் விரித்தான் தோளில் போட்டுக்கொண்ட துண்டை எடுத்து , அவன் முகம் பார்த்து திரும்ப செய்து, அவனது பலமான கைகளினால் அவள் தலையை துவட்டிவிட்டான் .

"உன்னதான் கேக்குறேன் இப்படியா நனைஞ்சுட்டு வருவ!

காயச்சல் ,தலைவலின்னு வந்தா என்ன தான் படுத்தியெடுப்ப...

மழை வந்தா நின்னு வரதுக்கு என்ன?"

"உன்னதான ண்கேக்குறேன், வாய திறக்குறியா" என்று மண்டையில் கொட்டு வைத்தான்.

"போ ... சொல்லமுடியாது" என்றாள்.

"நீ ஒன்னும் சொல்லவேணாம், சுடுதண்ணி நல்லா சுட்டிருக்கும் " என்று நன்கு துவட்டிய திருப்தியில் துண்டை அவனது இடது தோளில் போட்டுவிட்டு கிட்சன்க்கு சென்று வெது வெதுவென காய்ந்த தண்ணிய பத்திரமாக தாங்கி பாத்ரூமில் சூடு பார்த்து வைத்துவிட்டு . "போ ... குளிச்சுட்டு

வா" என சோபாவில் கிடந்த ட்ரஸ்யை அவள் கைகளில் திணித்தான்.

அவள் டிவி ரிமோட் எடுக்க, அவளிடம் இருந்து பறித்து ...

கடுமையான குரலில்," இப்போ குளிக்க போறியா இல்லையா " என விரட்ட

மௌனமாக சென்றால் குளியல் அறைக்குள் .

அவன் டிவியை ஆப் செய்துவிட்டு .

கிட்சனுக்குள் புகுந்தான்.

இரவு சூழ்ந்துக்கொண்டது சரியாக மணி 8:02.

அவள் குளிக்க சென்று 20 நிமிடங்கள் ஆகிவிட்டன ... அவன் கிட்சன் *wall clock* -ல் மணியை பார்த்துவிட்டு வேகமா அறைக்குள் சென்றான் "எவளோ நேரம் குளிப்ப " என கத்திகொண்டே கதவை ஓங்கி தட்ட கதவு திறந்துக்கொண்டது உள்ளே அவள் இல்லை .

"நா இங்க இருக்கேன்" என பால்கனியில் இருந்து குரல் மட்டும் ஒலித்தது .

"அங்க என்ன பண்ற?"

"ஹ்ம்ம் நா வரப்ப நீ என்ன பண்ணியோ அதைத்தான் நானும் பண்றேன்...வேடிக்கை பாக்குறேன் " என்றால் கோபமும் ,நக்கலுமாக .

"அப்படிங்களா மேடம்..." என்று அவனின் வசீகர புன்னகையுடன் பால்கனிக்கு சென்றான் .

" பேசாத ...பேசாத ...காத அந்த பக்கம் திருப்பிக்கோ. வேற ஏதாவது யோசி ....கண்டுக்காத தயவுசெஞ்சு கண்டுக்காத " என அவள் மனம் எத்தனையோ ஆணை பிறப்பித்து அவள் கேட்கவில்லை .

"நீ இப்போ பதில் சொன்ன அவ்ளோதான் ...வாய மட்டுமாவது மூடிக்கோ" - என்று கெஞ்சியது அவள் மனம்.

எப்பொழுது கேட்டால் இப்போ கேட்பதற்கு? அவன் என்றால் அவள் மனது சொல்லுவதை கூட கேட்பதில்லை வேற யார் சொல்லி கேட்க போகிறாள்.

"அப்படித்தான்..." - என்றாள்

"எப்படி ...."என்று ஆழமான புன்னகையுடன் அவள் நாடி தொட்டு அவள் முகத்தை நிமிர்த்தினான்.

அவள் கூந்தல் அவள் தோள்களில் தவழ்கிறோம் என்ற பெருமிதத்தில் கிடக்க ....

"அவள் விரல் பிடித்தான் என்னாச்சு மா ... ஏன் பேசமாட்றீங்க"

அவள் வலது உள்ளங்கையை, அவன் இடது உள்ளங்கையில் அணைத்து.

தனது வலதுகை விரல்களால், அழகிலும் அழகு சேர்க்கும் பொன்னிற விரல்களை சருமம் நோகாதவாறு வருடினான்.

மென்மையான சருமம் நோக தாங்காதவன் ...

மென்மயிலும் , மென்மையான அவள் உள்ளம் நோகும் எதையும் செய்ய நினைக்க கூட தோணுமா.

அவள் எது செய்தாலும் சரி... அது சரியாக மாற முயற்சி செய்வானே அன்றி இதை செய்யாதே, அதை செய்யாதே இன்றி ஒருநாளும் சொல்லமாட்டான்.

இந்த அழகனிடம் யாருக்குத்தான் கோபம் வரும்.

அவன் கண்களை நோக்கினாள்!

அவன் இதய துடிப்பே பெரும் சப்தமாக மாற .

மழை, பூமியுடன் திளைத்து ... மேகங்களையும், நட்சத்திரங்களையும் வீட்டுக்கு அனுப்பிவிட்டு இருந்த நேரம் .இவர்களின் காதல் ஜாலங்களை காண நிலவுக்கும் அனுமதி இல்லை . இரவே உறங்க சென்றுவிட்ட இருட்டில், இவர்கள் மட்டும் . அவளது மாயா கண்களை அசையாமல் பார்த்தான் .

அவன் கையோடு இருந்த தன் விரல்களாள் , அவன் ஆல்காட்டி விரலை கெட்டியாக பிடித்தாள் ... அவள் பார்வையில் சொக்கி கிடந்தவனுக்கு அவள் கண்களே கதி!

அவள் இறுக்க தான் பிடித்தாள் அவனுக்கோ மிருதுவாக இருந்தது. அவனது ஆல்காட்டி விரலை அவள் நெற்றியில் தொட்டு கண்களாள் சைகை காண்பித்தாள். பெண்ணவளின் கண் காட்டும் திசையில் வசியம் செய்யப்பட்டவனாக ...

மலர் இதழ்களை இணைத்து செதுக்கிய அவன் வடிவ இதழ்களை... அவள் நெடிய புருவங்களுக்கு மத்தியில் புதைத்தான் .

அவளின் தேகம் சுடுவதை உணர்ந்துக்கொண்டான் .

"என்ன இப்படி சுடுது",என அவள் கன்னங்களை தொட்டுப்பார்த்தான் ....

காதல் நாயகனின் இதழ்கள் பதியும் உன்னத உணர்வினை ஆராதிக்கும் நிலையிலிருந்து வெளிவரவில்லை அவளும், அவள் உள்ளமும்!

அந்த கணம், சமையல் கட்டில் இருந்து புகையும் வாசம் வெளிவர ...

இருவரும் சமயல்கட்டுக்குள் ஓடினர்.

ரசம் கொதித்து கொண்டு இருந்தது .

பால் வற்றிப்போகும் நேரம் வேகமாக இருவரும் அடுப்பை ஆளுக்கு ஒன்றாக அனைத்தனர் .

மணி 8:15 ஆச்சு வாமா சாப்பிட்டு டக்குனு தூங்கிறலாம் என்று சொல்லி கொண்டே வற்றிய பாலை டம்பளரில் வைத்து மூடிவிட்டு . இருவருக்கும் சேர்த்து சுடுசாதத்தை ஆவி பறக்க ஒருத்தட்டில் போட்டு நன்கு பிசைந்துவிட்டு கமகமக்கும் மிளகு ரசம் ஊற்றி கிளறிவிட்டு . அவள் கையில் எடுத்துப்போக சொல்லிவிட்டு வெதுவெதுப்பான நீரை ஒரு ஜக்கில் எடுத்துக் கொண்டு ஹாலுக்கு வந்து சேர்ந்தான் .

டம்பளரில் வெதுவெதுப்பான நீரை ஊற்றி அவள் அருகில் வைத்துவிட்டு .

"மா இப்பவே சொல்லிட்டேன் மூணு நாளைக்கு நான் இருக்கமாட்டேன் வம்பு பண்ணாம வயிறு நிறைய சாப்டரனும் . அப்போதான் மார்னிங் *fresh* - ஆ இருப்ப நானும் நிம்மதியா கிளம்ப முடியும்"- என்றான் .

அவளும் சரி என்றவாறு தலை அசைத்து "ஆ..." என்றாள்.

அவளுக்கு ஊட்டிவிட்டுக் கொண்டே அவனும் சாப்பிட்டு முடித்தான் .

தண்ணியை இரண்டு வாய்க்கு ஒரு மடக்கு குடிப்பதற்கு மட்டும், லேசாக அவன் திட்ட சரி என்று கேட்டுக் கொண்டாள். சாப்பிட்டு முடித்ததும் அவள் வாய் துடைக்கும் பொழுதுதான் காய்ச்சல் அதிகம் ஆகியிருப்பது தெரிந்து, அவளிடம் இருந்து பறித்து வைத்திருந்த தண்ணீரை குடிக்க சொல்லிவிட்டு .

தனது டாக்டர் தோழிக்கு *message* செய்தான். டாக்டர் உடனடியாக வீடியோகால் செய்யவும் *temperature* செக் *panna* சொல்லுவார்கள் என்று தெர்மா மீட்டரில் செக் பண்ண *100.4°* *Fahrenheits* காண்பித்தது .

வீடியோ காலில் இணைந்த டாக்டர் ,

"என்னடி காய்ச்சலா ரொம்ப ஐஸ் வைக்கிறானா உன் புருஷன்" - என்று கிண்டலாக கேட்க .

காய்ச்சல் சோர்வில் இயல்பாய் புன்னகைத்தாள்.

"டேய் *temperature* எவளோ காட்டுது" என கேட்டால் அவனிடம்.

"100.4° F " - என சொல்ல

"என்னடி *heavy* ஆன ஐஸ் போலயே " என்றாள் புன்னகை உடன்.

"Tiredness, இருமல் இருக்கா" என்று சகலத்தையும் கேட்டுவிட்டு . *"சரி Medicines ah* ஹாஸ்பிடல் ஸ்டாப்கிட்ட குடுத்துவிடறேன் "

"ஒழுங்கா பாத்துக்கோடா " என்று கிண்டல் அடித்து போனை டாக்டர் கட் செய்ய.

ரூமிற்குள் அலைத்து சென்று படுக்க வைத்துவிட்டு. லைட் ஆப் செய்துவிட்டு வந்தான்.

கிட்சனில் பாத்திரங்களை கழுவி , ஒழுங்குபடுத்தி முடித்து ஒரு பிளாஸ்க்கில் பாலையும் மற்றொன்றில் ஹாட் வாட்டரையும் எடுத்துக்கொண்டு கிட்சேன் லைட்டை *off* செய்ய சரியாக கால்லிங் பெல் ஒலித்தது .

"சார் மெடிசின் என்று நீட்டினான்" மின் பரிவர்த்தனையில் பணம் செலுத்திவிட்டு பெற்றுக்கொண்டான்.

ரெண்டு பிளாஸ்கையும் தோளில் தொங்க போட்டுக்கொண்டு டைனிங் டேபிள் மேல் இருந்த பிரட் பாக்கெட்டை ஒருகையிலும் ,டானிக் பாட்டில் மற்றும் மாத்திரைகள் திணிக்கப்பட்ட பையினை ஒருகையிலும் ஏந்திக்கொண்டு அவர்களது அறைக்கு வந்து சேர்ந்தான்.

அவன் வாழ்வின் வெளிச்சம், நித்தம் அவன் வாழ அர்த்தம் கொடுப்பவள் நித்திரையில் ஆழ்ந்துயிருந்தாள்.

கீழ் வானத்தை பொன்னிறமாக மாற்றும் மாலை கதிரவனின் உத்தியோகத்தை அவர்களது அறையின் இரவு விளக்கு செய்து கொண்டிருந்தது .

மங்கலான ஒளியின் ஊடுருவலில் அவள் முகம் பிரகாசித்தது.

அவள் தூக்கம் கலையாதவன்னம் படுக்கைக்கு இடப்புறம் இருந்த மேஜையில் அனைத்தையும் மெதுவாக வைத்தான்.

அவள் கால்மாட்டில் அவளை ரசிக்க தோதாக உட்கார்ந்துக் கொண்டு...

அவளையும், அவள் கெஞ்சல்களையும் ,குறும்புத்தனங்களையும் நினைத்து ரசித்து கொண்டே அவள் உள்ளங்கால்களை வருடினான் .

அவளின் கொலுசுகள் மின்னியது ...

அதை வாங்க சென்ற போதுதான் ஒரு கண் புன்னகையில் அவனை நோகடித்தவளை, பார்வையில் வலைவீசி பன்னிரெண்டு வருடங்களாகியும் அவன் நினைவுகளில் ஒளிந்துக்கொண்டவளை

சந்திக்கவில்லை, ஆனால் பார்த்தான்!அன்று போல் இன்றும்!

நிஜத்தில் நினைவுகள் கரைய ...

அவனை அறியாமல் அவன் வாழ்க்கைக்கு அர்த்தம் தந்தவளின் பாதங்களில் முத்தமிட்டான் .

தூக்கத்தில் கால்கள் கூச, சிணுங்கினாள் அவனின் அவள் .

"அச்சோ, மாத்திரை கொடுக்கல "

அவன் மூளை அவசர மணி அடிக்க .

அவள் தலைமாட்டில அமர்ந்து அவள் நெற்றியில் மிருதுவான முத்தமிட்டு. அவள் கார் கூந்தல் வருட... அவள் சிணுங்கினாள் "போகாத..." என்று .

அவள் கூந்தல் ஒதுக்கி காதோரமாக சென்று "மா ... மாத்திரை போடணும்"

என்று அவள் மட்டுமே கேட்க்கும் அளவுக்கு மொழிந்தான்.

மாத்திரையை எடுத்துக்கொண்டு பிளாஸ்க்கில் இருந்து தண்ணீரை ஊற்றி ...மிதமாக இருக்கிறதா என, சரி பார்த்துவிட்டு அவளை சற்று நிமிர்த்தி.

" ஆ ... சொல்லுங்க என்று மாத்திரையை போட்டு சட்டென்று தண்ணீரை ஊற்றி "முழுகிருங்க" என்றான் .

அதற்குள், மாத்திரையின் கசப்பு நாக்கில் பட ,

"ஈஈஈ க்ஹூம் ..." என முகம் சுளித்தாள்

தண்ணீரை விழுங்கிய நொடி ...

"ஆ .... காட்டு " என்று

டானிக்கை ஊற்றி விட்டான்.

சற்று அதிகமாகவே சிணுங்கினாள்

"சமத்துமா நீங்க ... "என்று

அவன் விரல்களை குவித்து மிருதுவாக அவள் இதழ் தொட்டு கொஞ்சினான்.

தலையணை சரிசெய்து படுக்கவைத்துவிட்டு,

இரவு 9:45 ஆக அவனும் அருகில் உறங்கி போனான்.

அவன் நினைத்தவள் இல்லை அவன் நெஞ்சில் நிறைந்தவள்.

திடீரென ஒரு சப்தம் அவன் உறக்கம் கலைத்தது ...

அவன் நெற்றியில் அவள் இட்ட முத்த சப்தம் என உணர சில வினாடிகள் தேவைப்பட்டது .

என்னமா தூக்கம் வரலையா என்று அவள் பக்கம் திரும்பி படுத்து அவள் தலையை மெதுவாக வருடி அவள் நெற்றி தொட்டு காய்ச்சல் இருக்கிறதா என பார்த்தான் சற்று குறைந்ததாக தோன்றியது .

அதிகாலை *3:45* ஆகியிருந்தது .

அருகில் இருந்த பிளாஸ்க்கில் இருந்த பாலை டம்பளரில் ஊற்றிவிட்டு

எந்திரிமா பாலை குடிச்சுட்டு மாத்திரை போட்டுக்கலாம் .

"என்னடா நானும் பாக்குறேன் ரொம்ப கொஞ்சுரியே எனக்கு தெரியாம ஏதாது சேட்டை பண்றியா... " என்று அவன் புறம் திரும்பி படுத்து அவளது இடது கையினாள் தலைக்கு முட்டுக்கொடுத்து, மற்றொரு கையை இடுப்பில் வைத்துக்கொண்டு கேட்டாள்.

"வா ... எந்திரி பால் குடி " என்றான்

"ஹ்ம்ம் ... ஏதோ இருக்கு " என்று நக்கலாக கேட்டாள் .

அப்படியே பிரெட்டை பிரித்து அவள் கையில் ஒவொன்றாக குடுத்தான்.

நான்கு பிரெட்டை சாப்பிட்டு பாலையும் குடிக்க அவளுக்கு வயிறு நிறைந்தது .

மாத்திரையையும் , டானிக்யையும் கொடுத்துவிட்டு.

"தூங்கிறியா?" என்றான்.

"கொஞ்சம் கிட்ட வா" என்றாள் , ஹஸ்கி டோனில் .

அவன் சமீபம் வர மண்டையில் "நங் ..." என்று கொட்டு வைத்தாள் .

"இப்படித்தானா என்ன கொட்டுன நல்லா வலிக்கட்டும் " என்றாள் நக்கல் தொனித்த குரலில் .

"உங்க போன் எங்க மவனே... அது நமக்கு வேணாம் கொளுத்திருவோம்" என்றாள் மீண்டும் நக்கலாக .

"ஏன்டி ?" என்றான் .

"ஆபீஸ் *cab* பாதில நின்னருச்சு, அஞ்சு தடவ கால் பண்ணி நானும் *15* மினிட்ஸ்..அ ... வெயிட் பண்ணி நோ ரெஸ்பான்ஸ்.

கடுப்புல நடந்து வந்துட்டேன்.

இங்க வந்து பார்த்தா நீங்க கனவுல இருக்கீங்க" .

இதை சொல்லி கொண்டே, உட்க்கார்ந்து கேட்டுக்கொண்டிருந்தவன் கால்களை அவளே நீட்டி அவன் மடியில் படுத்துக்கொண்டு மீதி கதையை தொடர்ந்தாள் .

சரி பரவாலனு நெனச்சுட்டு வந்தா "என்னோட ஆபீஸ்ல இணைக்கு என்ன நடந்துச்சுனு கூட தெரியல உனக்கு..."

என்று முடிப்பதற்குள் அவள் கண்களை அவனது ஒரு கையால் மூடி மற்றொரு கையால் கட்டிலுக்கு அடியில் இருந்து ஒரு நீளமான டப்பாவை எடுத்தான் .

கண்களிலிருந்து கைகளை எடுக்காமல் அவளிடம் குடுத்தான்.

என்னடா இது என்று ஆர்வமாக பார்த்தாள்.

'அவனின் அவளுக்கு' என்று எழுதி மூன்று புள்ளிகள் .

அவனின் கையெழுத்து மிகவும் அழகாக இருந்தது .

எழுத்துக்களை லேசாக விறலினாள் வருடி முத்தமிட்டாள்.

"நீ பெஸ்ட் *employee* அதோட என் ஸ்வீட் பொண்டாண்டி" என்றான் வசீகரிக்கும் புன்னகையில்

அசந்துவிட்டாள்!

அந்த அழகிய ,உணர்வு பூர்வமான வரிகள் எத்தகைய பரிசை தாங்கியிருக்கும் ... என்ற ஆர்வம் அதிகமானது .வேகமாக செல்லோடேப்க்களை பிரித்தாள்.

இரண்டு கைகளில் சுண்டு விரல்கள் கோர்த்துக்கொண்டு இருக்கும் வெண்ணிற சிலை அதிலும் *'அவனின் அவள்'* நயமான வரிகள் பொறிந்து இருந்தன.

அவன் கைகளை கெட்டியாக பிடித்துகொண்டாள்.

வார்த்தைகள் அவசியம் இல்லாமல் போனது ...

அவன் மடி சாய்ந்து... "இனிமே தனியா எதையோ யோசிச்சுட்டே இருக்க கூடாது என்று கொஞ்சலாக சொல்ல ..."

"அவள் கன்னத்தில் முத்தமிட்டான்! "

முடியப்போகும் இரவில் முடியாத காதல் வண்ணங்கள்...

♥♥♥♥♥♥

அத்தியாயம்

7

"போதும்டி... என்னால முடியல இதோட முடிச்சுக்கலாம்!" - என்றான் எழிலன்.

அடுத்த நொடி அவன் போன் ஒலித்தது

" எழில், கேள்விபட்டேன் உன்னோட வேலை போயிருச்சாம்ல... கேக்கவே கஷ்டமா இருந்துச்சுபா என்னோட கம்பெனில வேணா சொல்லவா...? ஹலோ... ஹலோ எழில் கேக்குதா... "

கடுப்பில் மொபைலை சுவிட்ச்ஆப் செய்தான்.

"அதுக்குள்ள யார்ட்டடி சொன்ன... ஆபீஸ்ல ஒரு பிராப்லம்னு தானடி சொன்னேன் வேலை போயிருச்சானு கேக்குறான்டி... உன்னால தலையே சுத்துதுடி.

எதையாவது மனசுக்குள்ள வச்சுக்க தெரியுதா? எல்லாத்தையும் ஏன்... டி எல்லார்கிட்டையும் சொல்லுற "

எதுவும் பேசாமல் தலையில் அமுர்தாஜானை தேய்த்துக்கொண்டு எழிலுக்கு நீட்டினாள்.

"நீ தொலைஞ்சாதான், இந்த தலைவலி தீரும் " - என்றான்.

"ஓஹோ, எப்புடி... எப்புடி... நம்மகுள்ள நடந்துச்சா இல்லையானு நீ ஊரு எல்லாம் போய் சொல்லுவ, உன்ன சொன்னா மட்டும் சொரணை வருதோ " - சீர தொடங்கினாள் வளர்பிறை.

"ஹே... கல்யாணம் ஆனா எல்லாரும் கேக்குறது தானாடி... இதுக்கு எவளோ நாள்தான் குதிப்ப... இங்கதான் ஒன்னும் நடக்கலையை நடந்தா தானா சொல்றதுக்கு"

"எல்லாரும் கேக்குறது தான், ஒத்துக்குறேன்... அதுக்காக உன்ன படம் போட்டா காமிக்க சொன்னாங்க... கேட்டா ரெண்டு வார்த்தைல சொல்லிட்டு வர தெரியாதா..." - கத்தினாள்.

"இதுலாம்... ஒரு குடும்பம், கல்யாணம் ஆனா, நடந்துச்சா... நடந்துச்சான்னு கேக்குறாய்ங்க... பிள்ள பொறந்தா இவனுங்களா சோறு போடா போறாய்ங்க... அடுத்தவங்க பிரைவசில தலையிடுறது என்ன பொழப்போ" - என்று முணுமுணுத்தால்

"என்ன பொழப்பு, கிழப்புனு சொல்ற... என்ன சொன்னாலும் சத்தமா சொல்லுடி " - என்றான் எரிச்சலாக

"ஆஆ...தெளிவா சொல்லணுமோ நல்லா கேட்டுக்கோ...உங்க அம்மா..., வீனா போன உன்னோட அக்கா எல்லாரும் நம்ம பஸ்ட் நைட் பத்தி கேட்டப்பா வழுஞ்சுட்டு சொன்னீயே அப்போ பிரைவசிய வாடகைக்கு விட்டுயிருந்தியோ? "

"ஹே... மரியாதையா பேசு" - என்று கையை ஓங்கினான்.

"ஓஓ... அடிக்கர அளவுக்கு வந்துட்டியா.. இனி நீ என்ன டிவோர்ஸ் கொடுக்கறது, நாளைக்கு காலைல பாரு... இங்க இருக்கவே மாட்டேன்... " என்றாள்.

"இப்பவே கிளம்பு... இந்தா நானே உன்னோட டிரஸ்ச எடுத்து வைக்கிறேன். "

விறுவிறுவேன ரூம்க்குள் வந்தான்.

அதிவேகமாக கப்போர்டை திறக்க... ஏற்கனவே கலண்டு இருந்த கைப்பிடி கையோடு வந்தது

அடுத்த சண்டையா... ஏன் அப்பன் வகுனது, சுப்பன் வகுனதுனு அளக்க போறாளே என்று நினைத்து மணியை பார்க்க பத்து மணி கடந்து முக்கால் மணி நேரம் ஆகியிருந்தது. இதற்கு மேலும் சண்டை போட்டால் நாளைக்கு ஆபீஸ் கோவிந்தா என்று... அமைதி காக்க என்னி...

சத்தம் கேட்டு உள்ளே வந்தவள்,

"ஹே... என்னடா பண்ணி வச்சிருக்க...?" என்று,

எழில் கையில் இருந்த கைபிடியை தூர எரிந்தாள்.

"ஹே... தெரியாம தான்... டி நடந்துச்சு என் மேல சாத்தியமா வெனுக்குன்னு உடைக்கல " - என்று அவளையே பார்த்தான்.

ஆள்காட்டி விரலில் கீரி ரத்தம் சொட்டியது...

தண்ணீரில் கழுவி... கையோடு பேண்ட் அய்ட் போட்டு விட்டாள்.

பின்,

அவனுக்காக ஆசையாக செய்து வைத்திருந்த உணவை அவளே ஊட்டிவிட்டாள்.

"ஏன்டா... இப்படி பணிக்கிட்ட என்று பாவமாக கேட்டாள்...கவனமாயிருமா உனக்கு ஒண்ணுன்னா என்னால தாங்க முடியாதுடா என்றாள்... அவனுக்கு ஊட்டிக்கொண்டே..."

அவளிடம்யிருந்து தட்டை வாங்கி விட்டு,

இடை வளைத்து மடியில் உட்கார வைத்துக்கொண்டு...அவள் கழுத்தினில் முத்தமிட்டான்...

இதழ் அவள் ஸ்பரிசம் தொட.... தேகம் சிலிர்த்துது... இதழ் எடுக்காமல் "என்னை விட்டு போக மாட்டிள" - என்றான். ஏக்கமும், கொஞ்சலும் நிறைந்த தோணியில் .

அவன் முகம் எங்கும் முத்தங்களாள் நிரப்பினாள்.

"நம்ம பிரிய மாட்டோம்ல..."

"அப்ப... பிரியனும்னு சொல்றியா...? "

"இல்ல.. இல்ல... கேட்டேன் கோவப்படாத " - என்று இதழ்களால் வர்ணம் பூசினான்.

"நீ இல்லனா யார்கூட சண்ட போடுவேன்... அப்புறம் *bore* அடிக்கும் "

"உனக்கு கொழுப்பு... ஜாஸ்தியா இருக்கு கொஞ்சம் குறைச்சா சரியாயிருக்கும்" - என்று அவள் கன்னம் கடித்தான்...

இரவு கண் விழிக்க... காதல் அவஸ்தைகள் விடிந்தது...❤

சண்டைகள் பிரிதலுக்கு அல்ல

புரிதலுக்கு...!

வானமும் நிலவும் இணைந்தே இருக்கும்

கோப கதிர்கள் காதலை சற்று நேரம் மறைக்கலாம்!

சமாதானங்கள் கோழைத்தனம் அல்ல... காதல்த்தனம்

"அம்மாடி கோதை ரங்கநாயகி உன்னோட பெயரை கிண்டல் பண்ணா அவ்வளவு கோவம் வருதுல, அந்த பொறுப்பு வேலையையும் இருக்கனும்" என ஏளனமாக அவருக்கே உரிய இழுத்து... இழுத்து பேசும் பாணியில் திட்டி தீர்த்தார் மேல் அதிகாரி .

வெளிக்காட்ட முடியாத கடுப்பில் உம் என எதையோ வெறித்து பார்த்துக்கொண்டு நின்றாள் கோதை ரங்கநாயகி .

"எம்மா... ஒரு காண்ட்ராக்ட் *bill*-கூட உனக்கு உருப்படியா பண்ண தெரியாதா? போமா... இன்னும் ஒன் ஹௌர்ல *correction* பண்ணி கொண்டுவரனும்" .

அவர் வழுக்கை தலைக்கு நேர் மேலாக மாட்டி இருந்த கடிகாரம் ஐந்து மணிக்கு நகர துடித்தது .

அவளின் சோர்ந்து விழிகள் ஒரு நொடி கடிகாரத்தை ஏறிட்டது .

"என்னமா போ ...இன்னும் ஏன் இங்க நிக்குற" - என்றார் கண்ணாடியை கச்சிதமாக மூக்கு நுனியில் மாட்டிய சிடுசிடு கிருஷ்ணமூர்த்தி .

File- லை எடுத்துக்கொண்டு தனது டெஸ்குக்கு வந்தாள் கோதை .

அவள் மொபைல் ரீங்காரம் இட ... கட் செய்துவிட்டு அவசரமாக வேலையை ஆரம்பித்தாள் ... மொபைல் திரும்ப ஒலிக்க *silent mode*-ல் போட்டு விட்டு வேலையை விறுவிறுப்பாக பார்க்க தொடங்கி அறைமணிநேரம் கடந்து, *file*-யை சிடுசிடு கிருஷ்ணமூர்த்தியின் கையில் ஒப்படைத்து விட்டு, "மெயில் அனுப்பிட்டேன் சார் உங்களுக்கும் *forward* பன்னிடேன்" - என்று விடைபெற்று.

மொபைல் எடுத்தாள்.

பத்து மிஸ்ட் கால்கள் . அந்த எண்ணிற்கு தொடர்பு கொண்டாள்

"கோத.... என ஆபீஸ்ல இருந்து கிளம்பிட்டியா பிள்ளைய வந்து கூப்டுக்கோ எங்களுக்கு ஏழரைக்கு ட்ரெயின் பக்கத்து விட்டு சுலோச்சனாட்ட விட்ருக்கேன் பால் குடுத்தாச்சு" என்றது அந்த பெண்ணின் குரல்.

எந்தவித உணர்ச்சியும் இல்லாமல், " சரி" என்று தொலைபேசியை துண்டித்தாள்.

தொலை பேசியை காதில் வைத்த வன்னம் கார் பார்கிங்கியை அடைந்து இருந்தாள் .

தனது காரை வேகமாக செலுத்தி கால் மணி நேரத்தில் தனது குழந்தையை மீட்டு கொண்டு தனது வீட்டுக்கு வந்தாள்.

அவளும் குழந்தையும் உடை மாற்றி குழந்தைக்கு பால் குடுத்து தூங்க போட்டாள்.

ஒருமணி நேர அழுகை, அரைமணி நேர விளையாட்டுக்கு பின் உறங்கினான் எட்டு மாதம் நிரம்பிய யுகன்.

கால்லிங் பெல் அடித்தது...

மனசோர்வும் , உடல் சோர்வும் அவளை வாட்ட...

முகம் காண்பித்து கொடுத்தது.

அவள்தான் கதவை திறக்க வேண்டும் என்ற கட்டாயத்திற்கு உடன்பட்டு .

கதவை திறந்தாள், இதழோரம் புன்னகை விரிந்தது... வறண்ட ,விரிசல் விட்ட பூமி மழையை தழுவுவதாக

கட்டி தழுவினாள்... இருக்க அணைத்து கொண்டாள் . விசாலமான நெஞ்சில் தன்னை புதைத்து கொண்டாள்.

வாசம் சுவாசித்தாள் .

அந்த வாசம் அவளுக்கு மட்டுமே சொந்தமான வாசம்.

அவள் மட்டுமே உணர வேண்டும் என்னும் உரிமை நிறைந்த வாசம்.

அவனின் வாசம் 💕

வேர்வை சொரிந்த உடலில்,

இவளின் கண்ணீர் பெருகி சட்டையை நனைத்தது.

கோதை இங்க பாருமா... நிமிர்ந்து பாருமா" - என கொஞ்ச...

மறுபடியும் இருக்க அணைத்து கொண்டாள்.

அவன் நெஞ்சில் இதழ் பதித்து முடியாது என்றாள்.

"அடியேய் வாசல் டி ..." - என்றான்.

"ஹ்ம்ம்ம் ...ஹ்ம்ம் முடியாது" என்று சிணுங்கினாள் .

"சரி அப்படியே இரு கதவ மட்டும் சாதிக்கிறேன்" - என்றான்.

அவன் கதவை அடைகிறேன் என்றதும், அவளை அணைத்தபடியே சோஃபாக்கு வந்தது, எதுவுமே இவளுக்கு உணர்வில்லை.

அவன் மடியில் சாய்ந்தபடியே கண்ணீர் சொரிந்து... சற்று நேரம் கழித்து எழுந்தாள் ...

"டேய் நா வேணா வேலைய *resign* பன்னிட்டு பாப்பாவா பாத்துக்கிறேன்".

"இதப்பத்தி நிறைய பேசியாச்சு இன்னும் என்ன குழப்பம் " - என்றான் .

"ஏய்ய் ..., ஏன்டா! புரிஞ்சிக்கோ, கல்யாணத்துக்கு முன்னாடி நான்தான் என்னோட *career* முக்கியம் யாருக்காகவும் விட்டுக்கொடுக்க முடியாது ... *self - identity* -னு பேசுனேன்

ஆன... யுகன் ஒருவாரம் உங்க அம்மா வீட்ல , ஒருவாரம் எங்க அம்மா வீட்ல முடியலடா ...

இன்னைக்கு என்று சொல்லும் போதே கண்ணீர் வடிய துடைத்துக்கொண்டு...

"அவுங்க திருப்பதி போகணும்னு குழந்தைய பக்கத்து வீட்ல விட்டுட்டு போய்ட்டாங்கடா... ஒரு வார்த்தை சொல்லல இன்னைக்கு காலைல வர.

பிள்ள சட்ட கூட போடாம குடிச்ச பாலை ஒழுங்க தொடச்சுகூட விடாம ஈ மொய்க்க பாவமா..."என்று சொல்லும் பொழுதே கண்ணீர் பொங்கி வாய் அடைத்தது.

"அவளின் உணர்வுகளை கேட்டுக்கொண்டு இருந்தவன்"

கோதையின் தலையை லேசாக வருடிக்கொடுத்து, அவன் தோளில் சாய்த்துக் கொண்டு அவளின் சோர்ந்து விரலுக்கு சொடக்கு போட்டான்.ஒ

"ஹேய்... குழந்தை ஏங்கிரும்டா!" என்றாள்,

அவனை அண்ணாந்து பார்த்து.

"நம்ம குழந்தைய யார்கிட்டையும் விட வேண்டாம்...*please*" - என்று கூறும் போது மறுபடியும் கண்ணீர் துணைக்கு வந்தது .

"சரிம்மா யார்கிட்டயும் விடவேண்டாம்" என்று அவள் உச்சந்தலையில் முத்தம்மிட்டான்.

பசியை மறந்து உறங்கி போனாள் அவன் மடியில்.

உறக்கம் இழந்தான் இவன்.

இதே நிகழ்வுகள் வெவ்வேறு விதமாக நடந்தது . அவள் *resign* பண்ண போறேன்னு சொல்லும் பொழுதுகள் எல்லாம் ஒவ்வொரு விதமாக சமாளித்தான்.

ஒன்றரை மாதம் கழிந்தது...

"கோதை கண்ணை மூடு" - என்றான்.

"எதுக்கு என்னையும் , யுகனையும் கண்டுக்காம இருக்கறதுக்கு லஞ்சமா?"- என்றாள் கிண்டலும் கோவமும் கொண்ட தோபறனியில்.

அவள் வாயை பொத்தி - " கன்ன மூடுடி

என்னாசை பொண்டாட்டி " என்று கன்னத்தில் முத்தமிட்டான்.

" ஹ்ம்ம்...ஹ்ம்ம் " - என்று மெலிதான கோவத்துடன் கண்களை மூடினாள்.

"இப்போ பாரு" என்றான்.

" என்ன லெட்டர், அந்த கைல வேற என்னமோ இருக்கு...என்னடா புருஷா" என்று கேலி செய்து ஆவலாக லெட்டரை பிரித்தாள்.

அதிர்ச்சி அலைகளில் அவள் விழிகள் விரிந்தன.

"என்னடா வேலைய *resign* பண்ணிட்ட" - கலக்கம் அடைந்தாள்.

"ஏன்டா இப்படி பண்ண" என்று திட்டினாள்.

"அம்மா தாயே அழுகாத தெய்வமே " - என்றான்.

என்னவளே!

நீ ராதையோ, சீதையோ

என் கோதையும் நீதானோ...

என்னில் உன்னை மறந்து,

உன் கனவு மறந்து;

உன் தூக்கம் கலைந்து ,

காதலில் நயந்து ;

என்னில் குலைந்து,

என் ஆண்மைக்கு கனிவு காட்டி;

என் உரிமைக்கு உயிர் ஈட்டி,

தாயாகிய என் முதல் சேய்யும்;

நீயடி...!

அவன் கொடுத்த "உன்னவனின் கவிதைகள்..." - என்ற கவிதை தொகுப்பு புத்தகத்தின் முதல் பக்கத்து வரிகளில் லயித்து...

அதில் பொரிந்து இருந்த அவனது பெயரை வருடினாள்...

மெய்மறந்து...சட்டென்று அவன் தேகம் அணைத்து வாசம் பருகினாள்... அவன் நெஞ்சில் இதழ் பதித்த நொடிகளில் சொன்னான்...

"அப்போ ...அப்போ எழுதுனதுடி, இனி

முழுநேரம் எழுத போறேன்..." என்று சொல்லி...

அணைத்து கொண்டே அவள் காதோரம், " நான் உன்னோட ஆளு டி உன் ஆசைகளும் எனக்கு சொந்தம்டி. உன்ன போல , அதுக்கு துணை நிக்கிறதும் என் ஆசைடி! உன்னோட கனவுகள் யுகன் அளவுக்கு எனக்கு முக்கியம்....நம்ம யுகன் வளந்த பிறகு அவனோட, அம்மாவ தியாகியா பாக்க கூடாதுடி *super women* -அ பாக்கணும்டி என் செல்லமே..." - என்று அவள் கன்னத்தில் அழுந்த முத்தமிட்டான்.

"அப்போ உன்ன ..." - என்று கட்டிக்கொண்டு மூணுங்கும் குரலில் கேட்டாள்.

"ஒரு படைப்பாளனா பார்ப்பான்டி...நானும் அவனும் வீட்ல இருந்து நிறைய கவிதைகள், கதைகள், நாவல்கள் எழுதபோறோம்...நீ சமத்தா ஆபீஸ் போய்ட்டு வருவியாம்..."

"என்னோட *passion* எழுத்துல... *so*...நம்ம, நம்ம... *passion*-அ *follow* பண்ணாதான அவனுக்கு அவனோட கனவுகளுக்காக சிறகு விரிச்சு பறக்கனும்னு தெரியு...ம்ம் " - என்று சொல்லி முடிப்பதற்குள் அவன் இதழ் அணைத்தாள்...!

"என்னவன் நான் மட்டும் படிக்கும் கவிதை...♥" - என்று அவள் மனம் நினைக்க... இதழ் அணைப்பு நீண்டது!!!!!!!!!!!!!!!!!!!...

♥♥♥♥♥♥

அத்தியாயம்

8

அன்றைக்கு கடைசி வகுப்பு சோர்ந்து காணப்பட்டாள் நிரஞ்சனா. எப்பொழுது மணி ஐந்து ஆகும் என்று இருந்தது. அன்றைக்கு அவர்களது பேராசிரியர் வகுப்புக்கு வர இயலாத காரணத்தாலும், அன்று தான் புதிதாக உடற்கல்வி ஆசிரியர் நியமிக்கபட்ட காரணத்தாலும் கடைசி வகுப்பு உடற்கல்வி என உறுதியானது.

"ஸ்டுடென்ட்ஸ் ப்ளீஸ் கம் அவுட்.

திஸ் இஸ் கேம்ஸ் ஹௌஎர்" என்று அறிவித்தால் மாணவிகளில் ஒருத்தி.

அனைவரும் ஊறுவனவற்றை விட மெதுவாக நடந்தனர். இடை விடாத வகுப்புகள், அசைன்மென்ட் என அனைத்து முகங்களும் சோர்வை காட்டின.

"நிரஞ்சனா கம் அவுட் ஆப் தி கிளாஸ், ஆல் ஆர் கதெரேட் இன் தி கிரௌண்ட் " - என நிரஞ்சனாவின் தோழி அவசர படுத்தினால்.

"ஜஸ்ட் அ மினிட்"- என்று கூறிவிட்டு தனது உடமைகளை எல்லாம் எடுத்து வைத்துவிட்டு மெதுவாக நகர்ந்தாள்.

வேகமாக வாடி என அவளை வலுக்கட்டாயமாக

இழுத்து வந்தாள்.

"மேனகா...வரேன்டி ஏன்டி எப்படி இழுத்துட்டு வர" என அழுத்து கொண்டாள் நிரஞ்சனா.

ஒருவழியாக மைதானத்திற்கு வந்து சேர்ந்தனர்.

உடற்கல்வி ஆசிரியர் தன்னை அறிமுகம் செய்து கொண்டார்.

"நீங்கள் அனைவரும் ஆசிரியர் ஆக போகிறீர்கள். சோ ஐ கோயிங் டு டீச் செர்டைன் *fun* கேம்ஸ் தட் யூ கேன் பிலே இன் தி கிளாஸுஸ்ரூம் இட்செல்ப்" என சில விளையாட்டுகளை பகிர்ந்தார். அவர் நகைச்சுவை உணர்வுடன் பேசினார் மகளிர் அனைவரும் சிரித்து கொண்டே இருந்தனர். ஆனால் நிரஞ்சனாவிற்கு அது எரிச்சல் ஊடுத்துவதாக இருந்தது. சில வார்த்தைகள் மட்டம் தட்டும் படியாக இருந்ததாக உணர்ந்தாள். அதனால் அவரது நகைச்சுவை உணர்வை ரசிக்க முடியவில்லை அவளால்.

கைபேசி அலறியது, தனது காலுறை பையில் இருந்த, கைபேசியை எடுத்து பேச துவங்கினார் உடற்கல்வி ஆசிரியர்...

மிகவும் சகஜமாக பேசினார், "சொல்லு அம்மு, கிளசஸ்ல இருக்கேன், போறோம் வந்துரேன்" என கைபேசியை வைத்தார்.

கைபேசி தனது இருப்பிடத்திற்கு செல்லும் முன்னரே மறுபடியும் அலறியது.

"அம்மு சீக்கரம் வந்துறேன் வை "- என வகுப்பிற்கு திருப்பினார்.

லலிதா தனது மகள் பூமாவை அப்பாவிற்கு போன் பண்ணி எப்ப வராங்கனு கேளு என இரண்டு மூன்று முறை சொல்லி

பார்த்தாள். பூமா நீயே கேளுமா என முகத்தை திருப்பி கொண்டாள்.

பூமாவிற்கு கோவம், இரண்டு முறை இதேபோல் தலைவாரி, அழகாக ஆடை அணிந்து அவளது அப்பா சரியான நேரத்தில் வராததால் அருங்காட்சியகாதிற்கு செல்ல முடியவில்லை.

அவளுக்கு பள்ளியில் ஒரு போட்டி பெற்றோர் உடன் சென்று வந்த அருங்காட்சியகம் குறித்து எழுதி வரவேண்டும். அப்பாவிற்கு போன் செய்து அவர் வரமுடியவில்லை என்று சொன்னால் தனக்கு அழுகை வந்துவிடும் . என போன் செய்ய மறுத்துவிட்டாள். எனவே தான் லலிதாவே தனது கணவருக்கு போன் செய்தாள்.

நாளை தான் போட்டிக்கு கடைசி நாள். தனது தோழிகளுடன் அருங்காட்சியாகத்துக்கு போவது பற்றி மகிழ்ச்சியாக கூறிவிட்டாள். இந்த முறையும் போகவில்லை என, தெரிந்தால் கிண்டல் செய்வார்கள். என, கவலையாக இருந்தது பூமாவிற்கு.

லலிதா தனது மகளின் மனம் உடைய கூடாது என்றுதான் சற்று கடுமையாக பேசினாள் போனில்.

"நாங்க கிளம்பிட்டோம், நீ எங்க இருக்க, போறோமா இல்லையா, வருவியா மாட்டியா " -என அனைத்தும் வெட்டப்பட்ட வார்த்தைகள்.

பூமா நான்கரை வருடம் கழித்து பிறந்த மகள்.

அவள் மனம் சோர்வு அடைவது லலிதாவிற்கு கவலை. அதன் காரணமாக தான், தன் காதல் கணவன் மேல் கடுமைய காட்டினாள்.

அவளின் மனநிலை புரிந்துதான் அவளது கணவனும் அம்மு வந்துரேன் என தணிந்து, காதல் குறையாமலும் பேசினான்.

மறுமுறை பேசும் பொழுது குரலில் அழுத்தம் இருந்தாலும் காதல் குறையாமலே "அம்மு சீக்கரம் வந்துறேன் வை" என்றான்.

கல்லூரி மணி ஒலித்தது! "ஸ்டுடென்ட்ஸ் டூ தி எண்டு கிளாப் " என கூறினார் உடற்கல்வி ஆசிரியர் நிரஞ்சனா கனவில் இருந்து

சுயநினைவிற்கு வந்தாள். அனைவரும் *1,2,3…1,2,3…1…;2…;3…,* என கிளாப் அடித்துவிட்டு கலைந்து சென்றனர்.

மேனகா, நிரஞ்சனாவை முதுகில் ஒரு அடி போட்டு வேகமா வாடி என்றால்.

இதழ்கள் சரி என்று கூறினாலும், அவள் கால்கள் வேகம் எடுக்கவில்லை.

"என்னடி நிரஞ்சு திரும்ப கற்பனைக்கு போயிடியா" என்றாள் - மேனகா

"இல்லடி"- என்று கூறிவிட்டு மெல்லிதாக சிரித்தாள்.

"ஹே இன்னைக்கு பாத்தியாடி கேம்ஸ் சார் அவர் வைப்ட... பேசுன அப்போ எப்படி கொஞ்சி கெஞ்சுனாருனு...

பெல் அடிச்ச உடனே போன் எடுத்து கால் பண்ணாரு பாத்தியா? "- என்றால் மேனகா

ஆமாம் என்பதை கூறும் பார்வை பார்த்தால் நிரஞ்சனா.

" அவரு வைப் அழகுல"- என நேரில் பார்த்துக் கொண்டிருப்பது போல் கூறினால் நிரஞ்சனா.

"எப்படி சொல்லற... கனவுல பார்த்தியாக்கும் "என கூறி நமட்டு சிரிப்பு சிரித்தாள் மேனகா

"ஒரு ஆணின் ரகசியமான அன்பை பெற்ற அனைத்து பெண்களுமே பேரழகிகள். "- என்றால் நிரஞ்சனா.

"நீங்க யார் அன்பை பெற்றுள்ளீர்கள் ரொம்ப

உருகுகிறீர்களே " என கிண்டல் செய்தாள் மேனகா.

"லேட்டாச்சு கிளம்புவோமா... " என கூறினாள் நிரஞ்சனா.

இருவருவம் பேசி கொண்டே வகுப்பறை அடைந்து இருந்தார்கள்.

"அவளது கண்களை பார்த்தால் மட்டும் வெட்கம் கொள்ளுவான்.

அவளின் அழைப்பு வரும் பொழுது இதய துடிப்பு அதிகமாகும்.

அந்த பெண்ணிடம் மட்டும் தன் செருக்க கை கழட்டி வைத்து விடுவான்!அவனே பேரழகன்"-என தனது மனதுக்குள் மட்டும் சொல்லிக் கொண்டாள், நிரஞ்சனா. மேனகாவின் கிண்டலுக்கு ஆளாகாமல் தவிர்ப்பதற்காக.

இருவரும் தங்களது உடமைகளை எடுத்து தோள்பையில் போட்டு கொண்டு வீட்டுக்கு கிளம்ப ஆயத்தம் ஆனார்கள்.

♥♥♥♥♥♥

அத்தியாயம்

௭

எங்க அம்மா ஒரு ஆசிரியர் வேலை முடித்து வரும் பொழுது வச்சது வச்ச எடத்துல இருக்காது. என் தம்பிக்கும் எனக்கும் உலகபோர் முடிந்த நேரம், சரியாக எங்க அம்மா வருவாங்க... வீடே தலைகீழா இருக்கும். என் தம்பி சரியான நேரத்துல தப்பிச்சு விளையாட ஓடிருவான். நான் செமத்தியா மாட்டிக்குவேன். எங்க அம்மா அடி

உறுச்சுருவாங்க. நான் அடி வாங்காத பொருள் பாவம் பன்னது. அந்த அளவுக்கு அடியிருக்கும். நான் ரொம்ப ரோசக்காரியாக்கும் எங்க அம்மா அடிக்கறப்ப திமிர நிப்பேன் . "அடி எவளோ வேணுமோ அடின்னு... " எங்க அம்மா என்ன வெளியபோனு சொல்லிருவாக. எனக்கு அழுக அழுகயா வரும்.

"சாப்பாடு கொண்டு போன டப்பாவை கூட உன்னால கழுவ முடியாத?,காலையில இருந்து நாயா உழச்சுட்டுவரேன் போ, வெளிய எல்லா பாத்திரத்தையும் கழுவிட்டு, உன்னோட துணிய துவச்சுட்டு தான் உள்ளவரணும்" - உத்தரவு போட்டுருவாங்க.

நான் அழுதுட்டே வேலை பாப்பேன் தேம்பி... தேம்பி அழுவேன் எனக்கு சித்தி கொடுமை மாதிரி இருக்கும் எல்லாமே. நான் அப்போ ஆறாவது, படிச்சுட்டு இருந்தேன். இவுங்க எனக்கு நிஜமாலே அம்மாதானான்னு தோணும்.

விடுமுறைக்கு வந்துட்டு போன எங்க சொந்தங்கள், நீ தவுட்டுக்கு வாங்குன பிள்ளைன்னு சொல்லிவச்சுட்டு போயிட்டாங்க தோதா. எங்க அம்மா மாதிரி எனக்கு யாரும் வாங்கிதர முடியாது நினைக்கறதுக்கு முன்னாடியே செய்வாங்க. ஆனா, அதுலாம் எனக்கு பிடிச்சாலும் அடிக்கற அம்மாவை, திட்டுற அம்மாவை பாத்தாலே பயமா இருக்கும். எங்க அப்பா இரவு வரும்வரை எங்க சின்ன தோட்டத்துல, ஒரு மாங்காய் மரம் இருக்கும். அதுல, மாங்கா: என் கைக்கு எட்டுர தூரத்துல

இருக்கும். அதுதான் ருசி!

எங்க அம்மா எங்க தோட்டத்துல வாழை, மருதாணி, கீரை, துளசி, செம்பருத்தி, பப்பாளி, பச்ச மிளகாய், கனகாம்பரம், தூதுவளை அப்படினு நிறையா வச்சுருப்பாங்க..

நான் செடியோட பேசிட்டு, மாங்காய சாப்பிட்டுட்டு இருப்பேன். எங்க அப்பா வந்தோன தான் உள்ள வருவேன்.

எங்க அம்மாவே கூப்பிட்டாலும் அப்பா வருவதற்க்கு முன்னாடி கால் எடுத்து வைக்க மாட்டேனே! நான் சொன்னேன்ல நான் ரோசக்காரின்னு ஞாபகம் வச்சுருக்கிங்கள!

எங்க அப்பாவ பாத்தோன எப்படித்தான் கண்ணீர் வருமோ தெரியாது அப்படி ஊத்தும். நல்லா எங்க அம்மாக்கு திட்டு விழுகும். அப்பறம் சமாதானம்லா ஆனா பிறகு எங்க அம்மா எனக்குன்னு வாங்கிட்டு வந்த பாசி,தோடு எல்லாம் காட்டுவாங்க. அப்பையும் மொனச்சுக்குவேன். நான் யாரு... நினைவு வந்துருச்சா ம்ம்ம்ம்...ரோசக்காரி!

நாங்க வீடு மாற வேண்டிய சூழல் வந்தது எங்க அப்பாக்கு வேலைல மாறுதல் வந்தது. நாங்க எங்க அப்பாவோட அம்மா வீட்டுக்கு பக்கத்துல குடிபோனோம்.

எங்க அப்பா தினமும், என்ன, எங்க அப்பத்தா வீட்டுல தான் தூங்க சொல்லுவாங்க பெருசா ஈர்ப்பு இல்ல... ஆரம்பத்துல.

நாட்கள் ஓட நானும், என் தம்பியும் எங்க அப்பத்தாடையும், தாத்தாடையும் ஒட்டிகிட்டோம்.

ஆனா நான் மட்டும் தான் எங்க அப்பத்தா வீட்டுல தூங்குவேன்.

எங்க தாத்தா மரக்கட்டிலில் தூங்குவாக. நானும் எங்க அப்பத்தாவும் தரைல பாய் விரித்து தூங்குவோம். தினமும் இரவு எங்க அப்பத்தா கதை சொல்லுவாங்க.

எங்க அம்மாவிடம் அடி வாங்குவேன்னு சொன்னேன்ல, அத அடிக்காம மறைமுகமா கதையா சொல்லுவாங்க. எப்படி வாழனும், எப்படி சிக்கனமா இருக்கனும், கண்ணியமான வாழ்க்கைனா என்னனு கதைகளா சொல்லுவாங்க.

இரவு உறக்கத்தோட சொன்ன பண்புகளும் பதிஞ்சுரும்.

எங்க அப்பத்தாக்கு ஆசிரியர் ஆகனும்னு ஆசையாம். அப்போல்லாம் பத்தாவது முடிச்சாலே ஆசிரியர் பயிற்சி பள்ளியில் சேரலாமாம். இவுங்களும் பத்தாவது முடிச்சுட்டு ஆசிரியர் பயிற்சி பள்ளி,மதுரையில் சேர துணிலாம் கட்டி வச்சுட்டாங்க. ஆயிரம் கனவுகளோட அன்றைக்கு சூரியன் உதித்தது.

பக்கத்து வீட்டு பொண்ணு உடன்போக்கு போயிருச்சாம் அதனால் இவுங்க அம்மா எங்க அப்பத்தாவை மதுரைக்கு அனுப்பவில்லையாம்.

எங்க அப்பத்தா அத சொல்லி பொலம்பாத நாளே இல்லை. ஆத்தா நீ படுச்சு வேலைக்கு போயிரணும்; அப்படினு சொல்லிட்டே இருப்பாக.

மார்கழி மாசம் எங்க அப்பத்தா முப்பது புள்ளி வச்சு, பெரிய சிக்கு கோலம் போடுவாங்க. எங்க தெருவே ஆச்சரியமா பேசும். நான் நல்ல தூங்குவேன் என்ன ஒரு நாள் கூட வற்புறுத்தியது இல்லை ஆனா, இப்படிதான் இருக்கணும்னு சொல்லி குடுத்தாங்க சொல்லாமலே.

எங்க அப்பா, அம்மா வேலைக்கு போறதுனால வித்தியாசமா சமைச்சது இல்லை அதே இட்லி, தோசை தான் அதுவும் கடை மாவு தான்.

களி கிண்டி தருவாங்க, கருப்பு உளுந்தில் உருண்டை புடிச்சு தருவாங்க, பணை கிழங்கு வகை எல்லாம் அறிமுகம் செஞ்சது எங்க அப்பத்தா தான்.

வைகுண்ட ஏகாதேசி நாளுல இரவு முழுக்க நான் எங்க அப்பத்தா, என் தம்பி மூணு பேரும் பரமபதம் விளையாடுவோம். தூக்கம் வர ஆரம்பிக்க போகுதுன்னு, தெரிந்தவுடன் மூணுபேரும் சேர்ந்து சமைக்க

ஆரம்பித்துவிடுவோம். என் தம்பி காய் நறுக்குவான். நான், எங்க அப்பத்தா சொல்ல... சொல்ல... காய பொரிப்பேன். பதினான்கு வகை காய்கள் சமைப்போம்.

எங்க அப்பத்தா செய்ற

வாழைக்காய் புட்டு அவளோ பிடிக்கும் ஒன்னுமே இருக்காது வெறும் நான்கு கடுகு, கொஞ்சம் வெங்காயம், ரெண்டு பச்சை மிளகாய் போட்டு அவுச்சு தாளிப்பாக அது ருசி பிச்சுக்கும்.

தீபாவளி நாட்களில் எங்க அப்பாவும், எங்க அப்பத்தாவும் சேர்ந்து முறுக்கு சுடுவாங்க. நான் நல்லா சாப்பிட்டுட்டே இருப்பேன். எங்க வீட்டு குட்டி தோட்டத்துல, விறகு

அடுப்புல சுடுற முறுக்கு. ஒரு மாசத்துக்கு தின்பண்டம் அதுதான்.

என்னோட தோழியாகவே மாறிட்டாங்க. எங்க வீட்டுக்கும் எங்க அப்பத்தா வீட்டுக்கும் ஒரு சுவர்தான் இருக்கும்.

அம்மா என்ன அடிக்கவரப்ப அப்பத்தா வீட்டுக்கு தாவிவிடுவேன். எங்க அம்மா அப்பத்தா வீட்டுக்கு வரதுக்குள்ள, அங்க இருந்து தாவிவிடுவேன்.

நானும் எங்க அப்பத்தாவும் வீட்டு வேலை எல்லாம் சேர்ந்து செய்வோம்.

எங்க அப்பத்தா அவுங்க வாழ்ந்த கதை எல்லாம் சொல்லுவாங்க எனக்கு அவளோ பிடிக்கும். அவுங்க சொன்ன கதையே சொன்னாலும் முதல் தடவை கேட்பது போல் கேட்பேன்...

ஆயிரம் முறை நினைத்தாலும் முதல்தடவை போல் உள்ளது!

அப்பத்தா... என நான் கத்தி கொண்டே உள்ள வரும் போது ஓய்... னு அவுங்க கூப்பிடுகிற

சப்தம் காதில் கேட்பதை மனது மட்டுமே அறியும்!

2018-ஆம் வருடம் என் அப்பத்தாவை தன்னுடன் உயரத்துக்கு அழைத்து சென்றுவிட்டது!

என் அப்பத்தா உடன் ஒரு புகைப்படம் கூட எடுக்கவில்லை...

ஆயிசு பூராவும் நினைக்குற அளவுக்கு

அவ்வளவு நினைவுகள் இருக்குது... யாருக்கும் பகிர முடியாத புகைப்படமாக காதல் !

♥♥♥♥♥♥

அத்தியாயம்

10

காதல், பார்த்த நொடி தொடங்குமா? புரிந்த நொடி தொடங்குமா? என்ற கார சாரமான பட்டிமன்றம்.

காதலர்கள் புடைசூழ கல்லூரி அரங்கில் அதிர்ந்துக்கொண்டு இருந்தது.

"கண்ணை பார்த்து விழுந்து... அவளை எனக்குள் நிறைத்த பிறகு...

பிரிதலும் உண்டோ!

காதல் புரியாதவர்கள் தான் ...

புரிதல் வேண்டும், பணம் வேண்டும், குலம் வேண்டும் என்று உளறுவார்கள்.

எதிர்பார்ப்புகள் காதலுக்கு எதிரிகள்!

கண்களே காதலின் வலை"

- என்று முடித்தான்.

காதல் பார்வையில் தொடங்கும் என்ற அணியின் கடைசி பேச்சாளன்.

அரங்கம் அதிரும் விசிலும், கரகோசமும், கூச்சல்களும் "ஆமாம்" என்று ஆரவாரம் செய்தன.

"பார்த்த நொடி தொடங்கும் காதலுக்கு கண்களே வலை 👉
அருமை... அற்புதம்!

அப்பொழுது..., உங்கள் ... காதல் வலையில் மாட்டிய கண்களின் எண்ணிக்கை???! 😅 😜

என்ன அன்பு...காதல் திருவிழா தான் போலயே!!! 😄 " - என்று கிண்டல் அடிக்க

சிரிப்பொலி அரங்கை நிறைத்தது.

"கண்களுக்கு gender உண்டோ!? 😅 " - என்றாள், புன்னகையை உதட்டுக்குள் பூட்டிக்கொண்டு.

இம்முறை அன்புசெழியனும் புன்னகைத்தான்.

"நடுவர் அவர்களே...! காதல் அவனையோ, அவளையோ ஈர்க்கும் அழகு நயம் வாய்ந்த, கண்களில் தொடங்கும் என்பதை சொல்ல மறந்துவிட்டார் அன்பிற்க்குரிய சகோதரர் அன்புசெழியன். என்ன அன்பு சரிதானே ! " - என்றாள்.

" காதலுக்கு அழகான கண்கள் அவசியம் என்பது எதிர் தரப்பு வாதம்." - என்று தொடர்ந்தாள்...

அரங்கை அமைதி சிறை பிடிக்க, அனைவரும் ஆர்வமாக கவனிக்க தொடங்கினார்கள்.

"அழகை பார்த்து விழுந்து, தான் விவாகரத்துகள் இயல்பாகி கொண்டே... இருக்கின்றன.

எவரையும் பார்த்த நொடி வருவது ஈர்ப்பு.

ஈர்ப்புக்கும், காதலுக்கும் வித்தியாசம் உண்டு நண்பர்களே!

பீட்சா மட்டுமே சாப்பிட்டு பாருங்கள்... நோய்கள் அனைத்தும் ஓட்டிக்கொள்ளும்!

நம்ம இட்லி மேல இருப்பது காதல்...

உடலுக்கு நல்லதுனு தெரிஞ்சு சாப்பிடற உணவு காதல் ...

அழகானவை அனைத்தும் தேவையானவை அல்ல மக்களே!

உகந்த துணை இல்லறதிற்கு நல்லது, நலமான இல்லறம் புரிந்துக் கொண்ட காதலில் தொடங்கும்!" - கைத்தட்டல்களுடன் ஊரை நிறைவு பெற்றது.

"ஹ்ம்ம்... நல்லா இருக்குமா என்றான்" மொபைல் போனில் இருந்த வீடியோவை பார்த்து முடித்து.

"முகில்... எப்படி இருக்கு?? கலக்கிட்டேன்ல 😁 !!! நல்லா சொல்லுங்க... 👉 ஐ நீடு மோர் எமோஷன்ஸ் " - என்றாள், கெஞ்சல், கொஞ்சல், நக்கல் அனைத்தும் கலந்த அவளுக்குக்கே உரிய பாணியில்.

"வாவ்வ்வ்வ்வ்வ்வ்!!!!! அறிவா பேசியிருக்க செல்லம் " - என்றான்

அழகான இதழ்களை 👄 அவள் நெற்றியில் நகல்யெடுத்துக் கொண்டே.

🖤அவள் கண்ணங்கள் பூத்துவிட்டன...

😊 அவள் இதழ்கள் வெக்கம் கொண்டது !

🖤கண்கள் அவனையே பார்த்தது 😍 !

பேச்சை தொடர்ந்தான்...

" ஆனா செல்லம் ஒரே... ஒரு குறை சாப்பாட்டுக்கு பதிலா வேற எக்சாம்பில் கொடுத்து இருந்திருக்கலாம்! "

"அப்போ நல்லா இல்லையா???... " - என்று கேட்டு, அவள் முகம் வாடியது

முகில் அவளை அப்செட் செய்வதற்காக செய்த வேலை ஒர்கவுட்

ஆக..

"சரி... சரி... அப்செட் ஆக கூடாது என் செல்லம்ல...நீங்க நல்லா பேசுனீங்க " என்று அவள் முகத்தை கைகளில் தாங்கி கன்னங்களில் முத்தம் கொடுத்து தோளில் சாய்த்து கொண்டு, அவள் விரல்களை வருடி கொடுத்தான் ...

நொடிகளில்... அவள் கன்னம் வருடி மீண்டும் ஒரு அழுத்தமான முத்தம்

கையை கோர்த்துக்கொண்டு தோள்களில் ஒட்டிக்கொண்டாள்...

நெருக்கங்கள் தொடர... நிமிட இடைவெளிகளில் இதழ் ஓவியங்களும் வண்ணம் பூசின !

முகிலனின் அன்பு வலையில் மீள விருப்பமின்றி மூழ்கினாள்.

அவன் தோள்களில் கண் அயர்ந்தாள்...

நிமிடங்கள் மறைய இரவு உலகை இருக்க அணைத்தது!

காதலின் அணைப்பிற்கு இரவு மட்டும் விதி விலக்காயென்ன?!

மௌனமும் காதலும் உரையாடிய 💭 தருணங்கள் விடுப்பு எடுக்கும் நேரம் வந்தது...

அவன் தோளோடு உரங்கியவளின் இதழ்களை சுவைத்தான்💋 👄... உறங்கிய இமைகள் சொக்கின... சிணுங்கின தவித்தன...!

இதழ் பருகி... நிறுத்த வேண்டுமே என்ற கட்டாயத்திற்கு உடன்பட்டு "செல்லம் டைம் ஆச்சு நீ வீட்டுக்கு போனும்" - என்றான் அவள் நெற்றியில் முத்தமிட்டு 👄.

"நீ..." - என்றாள் அவன் கைகளை கட்டிக்கொண்டு.

"நானும் தான், செல்லம் " - என்றான்.

இதழ்களுக்கு ஓய்வு அளிக்க முடிவு செய்து கிளம்பினார்கள்...

♥♥♥♥♥♥

அத்தியாயம்

11

காதலை சொல்ல தருணங்களை தேடுவது போல்... காதல் முடிந்தது என்று சொல்லும் தருணங்கள் இன்றியமையாதாவை.

"ஹாய்..."

"ஹ்ம்ம்"

"ஹாப்பி மாரிட் லைப் "

"ஹ்ம்ம்...தேங் யூ "

" உன்ட சில கேள்விகள் கேட்கணும் "

"ம்ம்ம்... கேளு "

" உன்ன தொந்தரவு பண்றதுக்கு *sorry*"

" அதுலாம் இல்லை சொல்லு... "

" நீ ஏன் என்ன விட்டு போனனு தெளிவா சொல்லு "

"ஏன் திடீர்னு..."

"நீ... சரியாவே முடிக்கல"

" நீ நார்மல் ஆகிட்டன்னு நெனச்சேன் "

" ஒவ்வொரு தடவையும் உன்ட இத பத்தி கேக்கணும்னு நெனச்சேன்... நீயும் சொல்லல என்னாலயும் கேக்க முடியல..."

" அப்போ... நெனச்சுட்டு தான் இருக்க... மிக பெரிய குற்றம் தான் உன்ன விட்டு வந்தது "

"சொல்லாம போனது தான் தப்பு... நா ஏத்துகிட்டேன் நீ காதல் திருமணம் பண்ணிக்கிட்ட நடுவுல உனக்கு என்னாச்சு "

"உன்கிட்ட பேசுறப்ப அந்த பொண்ணு ட்ட பேசல... அவுங்க அம்மாக்கு முடியலனு தான் திரும்ப...போனேன் அங்கதான் என்னோட மனசு கேக்கல"

"எப்ப... இதுலாம் நடந்துச்சு டைம், தேதி, வருஷம்?"

"உண்மைய சொல்லனும்னா இன் சர்ச் ஆப் கோல்ட் ஐ லாஸ்ட் டைமண்ட்"

" இப்படி *cringe*- லாம் வேணா "

"ஹ்ம்ம் "

"திடீர்னு உனக்கு கல்யாணம்னு எல்லாரும் பேசிக்கிட்டாங்க...உன்னோட சந்தோசத்தை கெடுக்க விரும்பல அதான் உன்கிட்ட எதுவும் கேக்கள "

" நான் கொடுத்த வலி கண்டிப்பா இருக்கும் நீ... கோவைல ஒர்க் பண்ணப்ப தான் நடந்துச்சு "

" அதுக்கு முன்னாடியே நீ என்ன பிளாக் பண்ணிட்டியே... அடிக்கடி என்ன பிளாக் பண்ணிட்டே இருந்த. அப்போலாம் உன்னோட எக்ஸ் கிட்ட பேசிட்டு இருந்த அப்படித்தான??"

" நான் பிளாக் பண்ணது தெரியாமையே ரொம்ப நாள் இருந்தேன்... நீ கோவத்துல இருக்கனு "

"உனக்கும் எனக்கும் எந்த சண்டையும் இல்ல நான் ஏன் கோபப்படனும்... எனக்கு ஒரு டெக்ஸ்ட் பண்ணனும்னு கூட உனக்கு தோணலைல... காதல் செத்து போச்சு அன்னைக்கே "

"ரொம்ப நாள் கழுச்சு வாட்ஸாப் பாக்குறப்ப தான் பிளாக்னு தெரிஞ்சுது "

"எவ்வளவு சாதாரணமா இருக்குல..."

" சரி அவுங்க அம்மா பாத்த பிறகு என்ன பேசுனீங்க...? "

" என் மேல தான் எல்லா தப்பும்... நம்ம லவ் போனதுக்கு நான் தான் காரணம். "

" உன்னோட அப்பாலஜி வேணாம்... உங்களுக்குள்ள எப்படி ஸ்டார்ட் ஆச்சுன்னு தெரியணும்.. "

"அவுங்க அம்மாக்கு சத்தியம் பண்ணேன் பாத்துக்கிறேன்னு"

"அப்பறம்..."

"மனசு ரொம்ப கஷ்டமா இருந்துச்சு... என்ன பண்றதுனு தெரியல"

"சரி..."

"அப்புறம் தான் ஹெல்ப் பண்ணேன் அப்படியே பேசிட்டேன்..."

"அடுத்து..."

"அவ்ளோதான்..."

"என்ன பேசுனீங்க...? எனக்கு நடுவுல கொஞ்சம் பக்கத்தை காணாத மாதிரி இருக்குது... எனக்கு தெளிவா தெரியணும்."

"அதுக்கப்பறம் பேச ஆரம்பிச்சேன் அவளுக்கு காலேஜ் பீஸ் கட்ட ஹெல்ப் பண்ணேன்...அவுங்க அம்மாவும் இப்ப

இல்லை, எனக்குன்னும் யாருமில்ல அப்பா இல்லாம வளந்து அம்மா எழக்குர வலி எனக்கு தெரியும்"

"உங்க கல்யாண போட்டோ அனுப்பு "

"லிங்க்காக அனுப்புறேன்..."

"சரி "

"ஒரே சரக்கு போலயே, கன்னத்துல தொப்ப போட்ருக்கு முடியெல்லாம்யேறி என்னமோ போல இருக்கியே..."

"எப்போ பாத்த?"

"உன்னோட *dp*"

"ஓ.. எப்பையும் என்னோட போன் அவக்கிட்ட தான் இருக்கும்... இன்னைக்கு அவுங்க அண்ணனுக்கு வீடு ஷிபிட் பண்ண ஹெல்ப் பண்ண போயிருக்கா அதான் நான் யூஸ் பண்றேன்..."

" இனிமே உனக்கு *text* பண்ண மாட்டேன்... "

Blocked - காதலும் கசந்து போகும்...

♥ ♥ ♥ ♥ ♥ ♥

அத்தியாயம்

12

காதல் கதைகள் பார்ப்பதற்கும், கேட்பதற்கும், ரசிப்பதற்கும் அழகானவை... காதலிபவர்களுக்கு மட்டுமே அதன், அன்றாட தொல்லைகள் விளங்கும்.

காதலிக்கிறான் என்றால் அவள் அல்லது அவனை அறிவதற்கு முன்பாகவே நம் உலகம் ஒரு ஏளனமான கணிப்பை சுற்றிவிடும்...

அதனாலேயே காதல்களில் ரகசியம் முக்கியம் ஆகிறது... ஜகாரதை அத்தியாவசியம் ஆகிறது.

வாழ்வின் தோல்விகளுக்கு காதலே காரணம் என ஊரார் கவிதை வாசிப்பர். ஒருவேளை இது நடக்காதோ என, எச்சரிகையாக பயத்தில் மறைப்போறும் உண்டு.

இப்படி பயந்து பயந்து காதலில் நயன்தோருக்கு மத்தியில் ஜனனி.

அன்றைக்கு கல்லூரி பேருந்தில்,

இது எப்பவும் நாங்க ஒக்கார இடம் எந்திரு என்றால்... அவளது தோழிகள் விடுடி என அடம் பிடிக்க... விடாமல்

சண்டை பிடித்தால்.

அது எப்படி நாங்க ஒக்கார இடம்... என வாக்குவாதம் தொடர. கடைசியில் சீட்டில் இருந்தவளை காலி செய்தாள்.

" சரியான பஜாரி, என நினைத்துக்கொண்டே வாயை பிளந்த படி சண்டையை ரசித்துக்கொண்டு இருந்தேன்... "

நாம் சில நேரங்களில் மட்டுமே பேச நினைப்பதை பேசுகிறோம்... அதனால் மனதில் பட்டத்தை பட்டது போலவே சொல்பவர்கள் அப்படி தான் தெரிகிறார்கள்.

மாடலுக்கான உடல் வாகு அவள் அழகிற்க்கு பொருத்தம் இல்லாத மங்கிய நிறங்களில் அவள் உடுத்தும் காட்டன் சுடிதார். மத்திய புருவத்தில் பொட்டுக்கு மேலே நெடிய ஒற்றை பட்டை. பார்க்க பார்க்க பிடிக்கும் குணம். பேச்சிலும் செயலிலும் ஏத்தார்த்தம். உடன் இருப்பவர்களுக்காக எவரையும் எதிர்க்கும் துணிச்சல்.

முதல் சந்திப்பில் இவளுடன் வம்பே வச்சுக்க கூடாதுப்பா என நினைத்த தருணங்கள் மாறி போனது.

வாயில் மட்டும் அல்ல படிப்பிலும் கெட்டிக்காரி.

கல்லூரியில் நானும் அவளும் ஒரே வகுப்பு. அவளை தெரிந்துக்கொள்ளும் வாய்ப்புகள் அவை.

ஜனனியின் காதல் கதை தொடங்கிய இடம் எனக்கு தெரியாது.

ஜனனியின் தோழி எனது ரூம்மெட் அப்படித்தான் ஜனனி எனக்கு பழக்கமானால்.

"போஸ் பாண்டி மவளே நாளைக்கு எல்லாரும் வீட்டுக்கு சாப்பிட வாங்க ... "

எல்லோரும் தயங்கும் கூச்சத்தை நான் பிரதிபலிக்க.

"ஹாஸ்டல் ஆயா ... ஹாஸ்டல் ஆயா... நீ சமைச்சு கிளிச்சது போதும். நல்ல சாப்பாடு சாப்பிட போறோம் டாட்டா ஆயானு சொல்லிட்டு வந்திரு" என்றால்.

உரிமையாய் பழுகுபவர்கள் வார்த்தைகளில் அன்பு அக்கறையாய் வெளிப்படும்.

சிரிப்புடன் "சரிடி வந்துறோம் " என்றேன்.

"டாட்டா போஸ் பாண்டி மவளே "

என் அப்பா பெயர் பாண்டி அதான் அப்படி.

அழகான எளிமையான வீடு...அவளின் அம்மா ஆசிரியர், முகத்திலே ஆசிரியர் ஸ்ட்ரிக்ட்நெஸ் தெரிந்தது. அவளது அப்பா நைட் டூட்டி முடித்து உறங்கி கொண்டிருந்தார்.

ஜனனி எங்களுக்காக பூக்கட்டி கொண்டு இருந்தாள்... வா போஸ் பாண்டி மவளே, வா ராம்நாடு (அனைவருக்கும் ஒரு பெயர் வைத்திருப்பாள்) என வரவேற்பு தடபுடல். பூக்கட்டி முடித்து விட்டு எங்களுக்காக அவளே சமைக்க தயாரானால்...

பஜாரி ஜனனி ஒரு வெஜிடேரியன்.

தக்காளி சாதம், உருளை கிழங்கு தான் மெனு. அவள் அன்பில் அதன் சுவை பிரமாதம்.

சித்தப்பா வீட்டாரும் பாட்டியும் ஜனனி வீட்டின் கீழ் தளத்தில் வசித்து வந்தனர்.

ஜனனியின் ஆள்ட்ட இருந்து கால்... ஜனனியும் என் உடன் வந்த மற்றவர்களும் கீழே சென்றனர்.

நான் மாடி படியில் நின்று கவனித்தேன்.

ஜனனியோட லவர் அவளோட பாட்டிட பேசிட்டு, ஜனனிட்ட பேசிட்டு எல்லாருக்கும் ஹாய் சொல்லிட்டு போய்ட்டாரு.

இவ ஆர்த்தோடாக்ஸ், அவர் சுத்த அசைவம்... எப்படி??? அதுவும் பேத்தி லவ் பண்ற பையன்ட பாட்டி பேசுறாங்க...!!?? அந்த பையன் வீட்டுக்கே வரான்!!

ஜனனி காதல் பற்றி எனக்கு தெரியும்... ஆனால் கேட்ட உண்மைகளை பார்க்கும் நேரமும் ஆச்சிரியம் தானே!!

மீண்டும் சமையல் தொடர்ந்தது...

காய் நறுக்கி கொடுத்துவிட்டு,

ஜனனி வீட்டு செல்ல நாய்குட்டியுடன் வாசலில் விளையாடி கொண்டுயிருந்தோம்...

ஜனனி கமகமக்க சமைத்துக்கொண்டு இருந்தாள்.

வட்ட முகம்... மஞ்சள் சேர்த்து மிளகு பால் போன்ற தேகம். அவள் அழகை ஆராதிக்காத ஷல்வார். அவள் பின்னே ஒரு ஆண்மகன் நல்ல உயரம்...எடுப்பான அகன்ற தோள் கடந்து போகும் பெண்கள் திரும்பி பார்க்கும் வசீகரம். அவளிடம் இருந்த தயக்கம் அவனிடம் இல்லை. இருவரும் உள்ளே நுழைந்தார்கள். "ஜனனி அண்ணன்"என் காதருகே கேட்டது.

ஜனனி அம்மா அவளிடம் எதார்த்தமாக பேசி... பூஜை அறைக்கு அழைத்து சென்று குங்குமம் வைத்துவிட

"ஹே...அம்மாட்ட ஆசிர்வாதம் வாங்குடி" - என கோபம் கலந்த காதல் வார்த்தையாக பூத்தது

" ஹே... ஏன்டா... " - அம்மா அவசியமிண்மை காட்ட.

மறந்துவிட்ட கலக்கத்தில் ஆசி பெற்றாள்.

பூ வைத்து, புது ஆடை கொடுத்து அனுப்பி வைக்க இருவரும்

பைக்கில் பறந்தனர்.

டால் பாய் ஷாட் கேள் ஜோடி.

பசங்ககிட்ட பேசுனாலே கொலை குற்றம் ... காதல் ஒரு குடும்ப துரோகம் என வளர்க்கபட்ட எனக்கு இவர்களின் குடும்பம் பிடித்திருந்தது.

காதல் மான பிரச்சனை என அழுது தீர்த்து... வெட்டி தீர்ப்பவர்களுக்கு மத்தியில் ஆச்சிரியமான குடும்பம்...அனைவரும் ஏங்கும் குடும்பம்.

ஜனனியின் காதல் எங்க காலேஜ்ல எல்லாருக்கும் தெரியும், ஹெட் மிஸ்ட்ரெஸ் உட்பட. வாட்சப் டிபி கூட ஜோடியாதான்.

ஒரு சாட்டர்டே, காலேஜ் முடிச்சுட்டு ஜனனி லவரோட அவுட்டிங் போறப்ப நாங்க எல்லாரும் காலேஜ் பஸ்ல இருந்து டாட்டா காமிச்சோம்.

காதலுக்கும், கல்யாணத்துக்கும் பல *criteria* பார்பவர்களுக்கு மத்தியில் ஜனனி காதலை பார்க்கிறாள்...!

அவகிட்ட இருந்த தெளிவுக்கும், துணிச்சலுக்கு அவள் மேல், அவளுக்கு இருக்கும் நம்பிக்கைக்கும், வெளிப்படையான குணத்திற்கும் முழு பொறுப்பு அவள் உணர்வுகள் மதிக்கபட்ட இடமான அவள் குடும்பம்.

தங்கள் வாழ்வின் அனைத்து முடிவுகளையும் அவர்களே எடுப்பதில் தலைகணமோ, திமிரோ, மற்றவரை மதிக்காத தன்மை வெளிப்படுவதாய் பார்க்கும் சமூகம், சுயமாய் முடிவுகள் எடுப்பதில் இருக்கும் பொறுப்பையும், தன்னம்பிக்கையையும் பறைசாற்றாலம்!!

ஜனனியோட காதல் எங்க காலேஜ்ல யாருக்குமே தப்பா தெரியல...

இப்போ...ஜனனிக்கு இரண்டு பசங்க அவளின் மொத்த சேட்டையும் ரெட்டிபாக மகிழ்ச்சியும் ரெட்டிபானது!!

♥♥♥♥♥♥

www.ingramcontent.com/pod-product-compliance
Lightning Source LLC
LaVergne TN
LVHW100405181026
850499LV00037B/612
9789355335067